ધારદાર

ચંદ્રેશ ઠાકર

પુષ્પ ઠાકર, મારી બા ને, આંતરરાષ્ટ્રીય મહિલા દિન માટે. એ વાંચશે કે નહિ એ તો
ખબર નહિ, અને સામે પણ બોલશે નહિ કદાચ, પણ એને ગમશે.
મને શરીર આપવા માટે એ જવાબદાર છે, અને મને ઘડવા માટે તો લાજવાબદાર
છે.

સામગ્રી

સામગ્રી

સામગ્રી

સામગ્રી

સામગ્રી

પ્રસ્તાવના

આ ગઝલ સંગ્રહનું શીર્ષક ધારદાર રાખવાનું પ્રયોજન કે હવે ગઝલ પોતાની વ્યાખ્યા પ્રમાણે નાજુક રહી નથી. હવે એ કઈ કેટલાય વિષયો ઉપર રજુ થાય છે ને શબ્દોથી કેટલાય કલેજા ચીરે છે ને કેટલીયે માનવની લાગણીઓને વાચા આપે છે.

માતૃભાષા દિવસ ગયો અને ત્યારે આ પુસ્તક હું રજુ કરી ના શક્યો એનો અફસોસ પણ છતાંય પોતાને બહુ ભાગ્યશાળી સમજુ કે હું પણ ગઝલ ના વિશ્વમાં કેટલાય ચમકતા સીતારાઓમાંનો એન નાનો અમથો સિતારો છું. આમ તો હું અંગ્રેજી, મરાઠી, હિન્દી, ઉર્દૂ માં પણ ગઝલ લખું છું પણ માતૃભાષા ગુજરાતીમાં લખવાની મજા કઈ ઓર જ છે. ધારદાર સંગ્રહમાં મેં દરેક માનવની લાગણીને વાચા આપવાની કોશિશ કરી છે અને એવી રીતે લખવાનો પ્રયત્ન કર્યો છે કે દરેક ગઝલ વાંચનારને એ પોતાની આપવીતી લાગે.

તો વાચક મિત્રો, પ્રસ્તુત છે, ધારદાર. એની ધાર કેવી છે એ હવે વાચક પાર છોડી દીધું.

વ્યક્તિ ધારદાર છે વિચારો ધારદાર છે,
અહીં તલવાર નહિ મુક્તકો ધારદાર છે.

ચાલવાની એજ તો માજા છે રસ્તાઓ ઉપર,
એન્જિનિયર જિંદગીનો બહુ ધારદાર છે.

દીવાલોને કાન હોવાનો હવે પ્રશ્ન જ નથી,
દીવાલની પેલે પાર એકલતાપણું ધારદાર છે.

ઈચ્છા, કામ, જલન, વ્યક્તિ અને પરિસ્થિતિ,
મારવા દરેકને આ ટોળું બહુ ધારદાર છે.

મજા આવે છે ઈશ્વરને કાયમ રાહ જોવડાવવાની,
પણ ભક્તોની શ્રદ્ધા એના પર ધારદાર છે.

સ્વીકૃતિઓ

એમનો કઈ જ ફાળો નથી લખવામાં કે વિવેચન માં પણ છતાંય ગુજરાતી ગઝલના પ્રેરણાદાયી સ્રોત અને અજરામર ગઝલકાર ઘાયલ, મરીઝ અને શૂન્ય માટે.

અમારી બદકિસ્મતી કે એમની સ્વીકૃતિ ના લઇ શક્યા અને ખુશકિસ્મતી કે એમને વાંચી શક્યા.

સહુથી મોટો આભાર તો ઈશ્વરનો , કે જેની ચેતના શક્તિનું મને વરદાન છે કે હું કવિ છું. વિચારોનો વૈજ્ઞાનિક.

1. છેલ્લે તો પાણા છે

વ્યવસ્થા છે છાંટા-પાણીની ? એમ પૂછનાર ઘણા છે,
ચાલ આવ ઘરે સાથે બેસીએ, એમ પૂછનાર ઘણા છે?
મારી મહેનતના ફળ આ નેતાઓ ખાઈ ગયા ઓડકાર મારી,
છેલ્લે અમારી પાસે તો ભાઈ એજ સીંગ ને ચણા છે.
હું દુનિયાને શું શીખવવા નીકળ્યો એકલે હાથે,
અહીં તો બધુ શાણપણ વેચી ખાનારા ઘણા છે.
ઈંટો અને સિમેન્ટથી લીપાઈ ગઈ ભીંતો ને જમીનો,
જરા ખોદ એની નીચે દાદીના લીપેલાં છાણા છે.
આ તે તો વિકસાવી દીધું છે જગ કમાયેલી દૌલતથી,
જો અંદરથી, મળવાના તો તને છેલ્લે માટી ને પાણા છે.

2. આચાર

એણે પૂછવાનું છોડી દીધું કે તું ક્યાં ગયો હતો,
મૌન વ્યવહાર એનો હવે આચાર થઇ ગયો હતો.
હું તો લઇ આવ્યો હતો થોડો ઉજાસ અતૂટ પ્રેમનો,
પણ તેને હવે વાસણ ધોવામાં રસ પડી ગયો હતો
માની લે ને એક વાર કે તને નથી ગમતી મારી કવિતા
હું પણ થોભી જાઉં , તારા પર શેર કહેતો ગયો હતો
જન્મ્યો ત્યારથી દોડાવે છે મને કેટલા બધા શિક્ષકો,
ખબર ના પડી મને કે હું ક્યાં ખોવાઈ ગયો હતો.
બારટેન્ડર એ ઝટ થયો ખોલ્યું બીયર ઓપનર વાપરીને,
મારી અંદરનો જ્વાળામુખી આમ જ ઉછાળી ગયો હતો.

3. આભલા જોયા

ચણીયાચોળી પર તારી આભલા મઢ્યા,
જાણે ચંદ્ર સાથે રમતા ચાંદલા જડ્યા.

જોઈને તારી હિંચ ગોળ ગોળ ઘુમતા,
આશીક કટલાય ઘાયલ થઇને પડ્યા.

જોઈ ના શક્યા તારી લચકાતી કમર,
કેટલાય ઘડા ઈર્શા થઈને ફુટ્યા.

શોભતી બીંદીની સાથે તારા નજરોની ધાર,
એકસાથે કેટલાય તીર કમાનથી છુટ્યા.

રુપનો શ્રુંગાર તોરો બસ કર હવે,
લાખ લાખ દિલ તે એક સાથે છે લુટ્યા.

4. તારા પર

ઓ ચંદ્ર પુનમના આવવા તો દે એને પહેલા માળા પર,
ત્યારે જ તો ખબર પડસે ફિદા છે કેટલા તારા પર.

ઓલો સુરજ પણ સવારે ફરિયાદ કરતો હતો,
ફુલો તો ખીલ્યા મારાથી પણ નજર પડી એમની તારા પર.

5. બદલાતો હું

ચાલ તારી સાથે ક્યાંક છુપાઈ જાઉં,
હવે ક્યાંય ખોટી મંઝીલ તરફ નહિં જાઉં.

બે ચાર શબ્દો તુ પણ કહી દે મને,
કસમ તારી જો હું નારાજ થાઉં,

આવીજા તુ પણ તારા જખ્મો લઈને,
હું પણ તને થોડા જખ્મો મારા બતાઉં.

સોપો પડી ગયો છે જીંદગીમાં,
આવ તુ તો હું થોડો તાજો થાંઉ,

હવે તો છોડી દે આ બદમાશી,
છોડ પાલવ તો હું હવા થાંઉ.

હવે ફરી છે પડખુ આ જીંદગી,
થા તુ ખુદા, હું પ્રાર્થના થાઉં,

6. તૂટેલી માન્યતા

દોડતા તારી પાછળ કેમ હું થાકતોજ નથી,
પૈસો મને જરાય શરમ આપતો જ નથી.

વેચી નાખ્યુ છે મેં ઈમાન જોતજોતામાં,
દરકાર હવે કોઈનીએ હું રાખતો જ નથી.

થઈ ગયા છે બધા હવે વહેવાર માટે માણસો,
દોસ્ત પણ છે કોઈ, હું માનતો જ નથી.

એવો છુટી ગયો છું હું સાંઢની જેમ,
કોઈ પણ સંબંધ મને બાંધતો જ નથી.

એક ધા ને કર્યા કટકા મેં ચાર,
કોઈ બીજો હીસાબ મને આવડતો જ નથી.

7. રુદન

વાત મહેફિલમાં કરી ભગ્ન હૃદયના રુદનની,
સંભળાઈ સાદ દૂરથી ત્યારે કોઈના રુદનની.

કોણ જાણે ક્યારે અટકશે થઈ રહેલો અત્યાચાર,
ક્યારે જઇને અટકશે સાદ ધરતીના રુદનની.

અટવાયો છે તીજોરીમાં જીવ બહુ જ,
પડી છે કોને હવે આત્માના રુદનની.

પથ્થર લઇને બધા મજનુને જ કેમ મારે છે ,
વાત રહી ગઈ બાકી લૈલાના રુદનની.

8. મહત્વ

વળ્યાં છે ટોળે બધા તમાશો જોવા આખરી સમયનો,
મારી રાખ બનવાની પ્રક્રિયા મારા કરતા મહત્વની હતી.

૭. અટવાઈશ નહિ

આ આલતું-ફાલતુ વાતોમાં શું કામ અટવાયા કરે છે,
પ્રેમ છે તો નારાજી માં કેમ તુ અટવાયા કરે છે.

વાગી ગયો છે ડંકો કે તુ ફક્ત મારી જ છે,
તો કેમ તારા પગ હજી અટવાયા કરે છે.

૧૦. બોલવું નહિ

કહી દીધુ તે મને નફરત થી હવે તુ ચૂપ બેસ,
મેં પણ દિલ ને કહી દીધું હા હવે તુ ચૂપ બેસ.

જો સમુદ્ર પણ હવે રાતો થઈ ગયો સમી સાંજે,
કેટલી રાતો મારી લાલ કરી જસે , ચૂપ બેસ.

દદી ચિત્કાર કરી કહેવા માગતો હતો મૈકદામાં,
કહું સાકીએ બે ઘૂંટડા માર ને ચૂપ બેસ.

કપાઈ રહ્યા છે વૃક્ષો અને પ્રગતી થઈ રહી છે
કહે છે માનવ ધરતીને તું એકદમ ચૂપ બેસ.

દરેક સવારી પછી રીક્ષાવાળો પકડે છે પીઠ,
ઠેકેદારો કહે છે સહન કર અને ચુપ બેસ.

હવે નેતાઓ આવસે તમને કેટલાય વચનો આપવા,
અર્થ એનો ફક્ત ચૂપ બેસ , ચૂપ બેસ, ચૂપ બેસ.

11. ઝડપ

નફરત હવા કરતાં ઘણી વેગવાન છે,
ખેદાન-મેદાન જિંદગી એનું પ્રદાન છે.

રાતે સુંવાળા ગાદલામાં નિંદર તો કયા છે,
લોકો ભલે કહે કે માણસ ધનવાન છે.

પ્રેમની ધૂણીમાં નથી અખંડ શક્તિ બળવાની,
ઇચ્છાઓની ગાડી હવે બહુ વેગવાન છે.

કવિનો સ્વભાવ છે બહુજ બળવાખોર દિલથી,
એને કયાં કદી શબ્દો સાથે સમાધાન છે.

બહુ જલતો હોય છે ઈશ્વર માનવની તુમાખી ઉપર,
એટલે જ ખોટા કામો કરવા પૃથ્વી પર અવતરનાર છે.

પ્રેમ કોઇને ખબર પડે એવી રીત બની જ નથી,
ભલે કેટલાય શબ્દોના આદાન-પ્રદાન છે.

12. આ તે કેવો ટ્રાફિક

જ્યાં જ્યાં જુવો ત્યાં છે વાહનોનો ટ્રાફિક,
થઈ રહ્યો માણસ સળગતી જુવાળોનો ટ્રાફિક.

ધબકારા પણ હૃદયના હવે સંભળાતા નથી,
વધી રહ્યો છે સિક્કાની રણકાર નો ટ્રાફિક.

રાતના ઊંઘ હવે ફક્ત શરીરજ લેય છે,
મનમાં સતત ચાલતો સપનાઓનો ટ્રાફિક.

પ્રેમ કરવા કોઇ બેસે તોય કેમ બેસે અહીં,
ખડે પગે ઉભો છે જો નફરત નો ટ્રાફિક.

થંભી જવું હોય તો ફક્ત મોત એ જ સાધન છે,
દોડી રહ્યો છે બધે વહેતા સમય નો ટ્રાફિક.

13. જવાબ નથી

રાત હાથે કરીને બરબાદ કરવામાં અમારો જવાબ નથી,
જિંદગી ને પ્રેમ નહીં કરવામાં તમારો જવાબ નથી.

મળતા નથી તોય શોધી લાવવાના અલગ અલગ કિસ્સા,
નફરતની ઉલટી કરવામાં તમારો જરાય જવાબ નથી.

થોડુ તો બોલો શું છે પરેશાની જીવનમાં તમને ,
ગમે એટલું ફરાવો પણ કહીં જ જવાબ નથી.

પ્રેમમાં હવે ભીખ માંગવાનો વારો આવ્યો છે જુઓ ,
મો ફેરવવાના અંદાજમાં તમારો જવાબ નથી.

સાલું આટલુય મજબૂર રહેવું એકદમ થઈ જવાયું,
સાબિતી એટલી આપવી પડી જેનો નવાબ નથી.

14. જખ્મો થતા થઈ ગયા

વીતેલા સમય સાથે જખ્મો થતા થઈ ગયા,
તમારી સાથે પ્રેમમાં જખ્મો થતા થઈ ગયા.

અંજામ બહુ ભયાનક આવતો જ હોય છે,
છતાય પ્રેમ માં આજીવન વહેતા વહી ગયા.

અજાણ્યો રહેવાનો નિર્ણય કર્યો દુનિયાથી,
પણ દુનિયા છે, વ્યવહારમાં વહેતા વહી ગયા.

ફક્ત ગરજ પુરતોજ સાથ છે એક બીજાનો અહીં,
પણ અમે જીવનભરનો છે એમ માનતા રહી ગયા.

કથા પૂર્ણ કહેવી હતી પાના ભરી ભરી ને,
પણ આ દુનિયામાં અમે હાસિયામાં ધકેલાઇ ગયા.

15. કરીને જો

વિજ્ઞાન કરતા દુઃખ ના પ્રયોગ કરીને જોજો,
જોજો કેવા કેવા દર્દ મળે એ જોજો.

એક પંખીનો ટહુકો હવે સંભળાતો નથી,
ઝાડ પર કેટલા માર્યા પથ્થર એ જોજો

ઓલો ચંદ્ર કળાઓ કરી આપી જાય છે અમાસ,
સુખના પ્રત્યેક પ્રસંગ એવાજ હોય જોજો.

હવે ઉભા રહો દર વખતે કયા ભાગી જાઓ છો,
છાના આવા પ્રસંગો પાછા નહીં મળી જોજો.

તીર હંમેશા અર્જુનનું જ જોયું છે બધે ,
કર્ણ નું ફૂલ અને એકલવ્યનો અંગુઠો પણ જોજો.

બારે માસ નદીએ પૂર આવ્યાજ કરે છે ,
આશિકના વહેતા આંસું પણ થોડા જોજો.

રહી ગયા અંધકારમાં કેટલાએ શાયરો ,
કદી થોડા પ્રકાશમાં એમના શેર જોજો.

વસંત આ વખતે વરસાદથી ભીનો થયો,
બદલાયેલી કુદરતના રુપ તમે જોજો.

ભૂલાઈ ગયા મિત્રો હવે ફક્ત કામ બાકી રહ્યું,

સમય કાઢી કદી તમે બાળપણ તમારું જોજો.
વાળી દીધું હતું ચોપડીનું એક પાનું કદી,
ભુસાયેલી કોઈની યાદ ફરી ખોલીને જોજો.

ભઝ્ન સ્વપ્નો પર રોય ઈ કોઈ બીજા હશે,
અમારી ખુમારીમાં જરા ડોકિયું કરીને જોજો.

16. દુનિયા

હવે અમે આવી જ રીતે રહીશું આ દુનિયામાં,
ખુમારીનો જુવાળ લાવીશું આ દુનિયામાં.

કોને પડી છે આ દુઃખની સળંગ વાતો કરવાની,
ચીરીને પથ્થર પણ અમે જીવીશું આ દુનિયામાં.

અમને હતી ખબર કે સોનુ તો ઘડાશેજ ટીપીને,
એટલેજ રાખ્યું છે ખડતલ મજબૂત મન દુનિયામાં.

તમે આવો તો મળીને જીતી જઈશું બધી બાજી,
ના આવો તો પણ અમે જીવી જઈશું આ દુનિયામાં.

ઘણી વાર ટકોરા આંગળીઓ પર રહી ગયા છે,
છતાય અમે દસ્તક દઈશું સુખને આ દુનિયામાં.

17. નડે છે

અમારી આવીજ આદત દુનિયા ને નડે છે,
દિલેરી અમારી શણાઓની આંખે ચડે છે.
પંડિતો હવે થાકી ગયા છે મંદિરો બાંધી,
કેટલાય એમને મૈકદાઓ તોડવા પડે છે.

તમારી આ ના મળવાની આદત મને નડે છે,
કેમ આવી ખરાબ આદત તને રોજ પડે છે.
માફ કરી કરીને હું કેમ થાકતો નથી રોજે રોજ,
એવું શું છે જે મને છેતરાઈ જવા ઘડે છે.

18. કેવી રીતે થયું

વિસામો મળી ગયો તો થાય છે આ કેવી રીતે થયું,
બધા કામ પર ને હું લટાર પર આ કેવી રીતે થયું.

આંખો સવારે ખોલતા રોજ તું દેખાય જાય છે,
આટલી બધી મહેરબાની આ કેવી રીતે થયું.

મિત્રો પાસે પાછું વળીને જોવાનો સમય નથી બચ્યો,
સાથે જ તો રમતા હતા તો પછી આ કેવી રીતે થયું.

ધરાને તપાવી નાખે છે આ ઉઘાડો સૂરજ એટલી બધી,
ઝાડ નીચે રોજ સૂતા હતા , આ કેવી રીતે થયું.

ઈચ્છાઓ પાછળ દોડતા દોડતા એટલું થકાઈ ગયું,
સૂઈ ગયા અને ઉઠયાજ નહીં, આ કેવી રીતે થયું.

19. શુ થવું જોઈએ

જુવાનીનાં ખુમારીનો દીપ જલાવીએ,
યાદ માણસાઈની અપાવતો દીપ જલાવીએ.

અભિમાનથી તોડેલા છે જે સંબંધો,
બાહો ફેલાવીને ચાલ દીપ જલાવીએ.

હું પોતે અને ફક્ત મારીજ મુશ્કેલીઓ,
છોડી આ વિચાર કોઇના ઘરમાં દીપ જલાવીએ.

તોફાનોનું કામ જ છે આવતા રહેવાનું,
ચીરીને હવાને ચાલ દીપ જલાવીએ.

આખરે તો ઓલવાઈ જવાનું લખ્યું છે ,
છીએ જ્યાં સુધી , અંતરમાં દીપ જલાવીએ.

20. શું થાય છે

જ્યાં જ્યાં જાય ત્યાં જલે છે બનીને બાકસ,
ઘર્ષણ શોધતી ફરે છે માણસ જાતની બાકસ.

માણસાઈની સુગંધ ને પસરતાં પહેલાજ જીવનમાં,
બાળી નાખશે સ્વાર્થથી માણસ જાતની બાકસ.

આગ છે દરેક ઘરમાં, કઈ રીતે ઓલવાશે,
દરેક માણસ પાસે છે પોત પોતાની બાકસ.

ખીલેલા ફૂલ બસ સુકાવાની જ વાર છે,
કાંડી બહાર કાઢીને રાહ જોય છે બાકસ.

ખુશ છે, એ પોતાનો ગુણધર્મ નથી છોડતી,
દરેક માણસ ના હૈયામાં રમી રહી છે બાકસ.

21. ભરોસો છે

મને મારા સ્વભાવ પર જરા વધારે જ ભરોસો છે,
એટલે જ મારી યાદો ને પીડા પર ભરોસો છે.

શિયાળામાં મારી યાદો જ બહુ છે ગરમી માટે,
પણ એ છે કે એને શાલ પર ભરોસો છે.

આપવા બેઠો છે ઈશ્વર કેટલાય આશીર્વાદ ,
પણ પૂજારી ને હૂંડીના સિક્કાઓ પર ભરોસો છે.

બોલીવુડે દોસ્તી ની વ્યાખ્યામાં અતિશયોક્તિ કરી છે,
આજ કાલ કોઇ ને મળવાનો પણ કયાં ભરોસો છે.

વાંચી અને લખી રહ્યો છું ગઝલ મન ફાવે ત્યારે ,
કહે છે બેવકૂફ લોકો કે શાયરીનો શું ભરોસો છે.

22. અનુભૂત

થયો અભિવ્યક્ત પણ અનુભૂત ના થયો,
શું કામનો મારો પ્રેમ જે તારી અંદર ના ગયો.

કર્યું છે ઘણુંય આક્રમણ નફરતોએ બધા પર,
જવાબ એનો શોધવા માનવ કાવેદાવે ગયો.

પટ્ટા વગર પાટલૂન કમર પર રહેતું નથી,
ધરતીમાંથી માણસ કેટકેટલું ખાઈ ગયો.

પુસ્તક કબાટના કોઈ ખૂણામાંથી જુએ છે,
મોબાઈલ એના પ્રત્યેક પાનાને ખાઈ ગયો.

આર્ટિફિશીયલ ઇન્ટેલિજન્સ ની જરૂર પડવાનીજ,
ખરું જેટલું છે એ બધું માનવ વિસરાઈને ગયો.

23. આપું છું

ઘણી બધી વાતોમાં હું તને ઢીલ આપું છું,
તુ કર જુલમ હું ક્યાં હિસાબ રાખું છું.

કેટલીએ કબરોમાં તિરાડો છે ઈચ્છાઓની,
એથી જ હું જીવનમાં સંતોષનો માર્ગ રાખું છું.

તુ ઊભી છે પીઠ રાખીને એ તારી સમસ્યા છે,
હું તો પાછળથી તને કેટલાય સાદ આપુ છું.

તારા દુઃખો લેવા જ અવતાર મારો થયો છે,
લઇ લે, હું તને મારા તમામ સુખો આપુ છું.

ધીમા ધીમા પગલે મોત પીછો કરી રહ્યું છે,
એ પહેલા લે, હું તને જીવવાનું કારણ આપું છું.

24. કાયપો છે

ચગેલો છે પતંગ , કોઇ તો કહેશે કાયપો છે,
જુઓ આકાશને આજે માંજાએ કાયપો છે.

રિસામણા તો દુનિયામાં કયાં નથી દેખાતા,
આજે ઉત્સાહએ રિસાયલાને કાયપો છે.

ઉડાવ તારો પતંગ આ હવામાં મોજથી બિરાદર,
એક દિવસ જિંદગી કાપી ખુદા કહેશે કાઈપો છે.

એકમેકના પ્રેમને કયા સુધી અહંકાર મારશે,
અવાજ આપી પ્રેમનો અહંકારને કહીએ કાયપો છે.

સમજદારીની સાકળથી તુ બનેલો છે કેદી,
તોડીને સાકળને જોરથી બોલ કાયપો છે.

25. ખોબામાં

વીણી લાવિશ તારલા રાત્રે મારા ખોબામાં,
ને સજાવી દઈશ એમને દિવસે તારી આભામાં.
છુટી ગયો એજ શેર જેમાં આપણી વાત હતી,
વાહ વાહ થઈ નાહકની અણસમજુઓની સભામાં.

ઓ વરસાદ

ખુલ્લા વાતાવરણનો પારો પાડી ગયો,
જેમ તારો સ્પર્શ હથેળીને મારી અડિ ગયો

26. વેલેન્ટાઈન

છે વસંતપંચમી કે વેલેન્ટાઈન નો ઉત્સવ,
માણો માણો વિદ્યાનો અને પ્રેમ નો ઉત્સવ.

આપો વિદ્યા લો વિદ્યા, આપો પ્રેમ લો પ્રેમ,
સરખાઓ નહીં એક બીજા સાથે, બસ ઉજવો ઉત્સવ.

એક છે સંસ્કૃતી આપણી અને એક છે બીજાની નકલ,
જ્યાં સુધી છે મન સાફ, ઉતારો એમાં ઉત્સવ.

જો સમજો વિદ્યા ને તોજ સમજશો પ્રેમ ને,
પ્રેમ વિના પણ કયાં મનાવશો વિદ્યાનો ઉત્સવ.

પહેલા માં એ આપ્યો પ્રેમ અને પછી આપી વિદ્યા,
આપણે તો જિંદગીમાં અલ્ટિપલ્ટી કરી જીવવો છે ઉત્સવ.

27. આવી જા પાછી

બધું હવે કરવું છે ફરીથી ચાલ આવી જા પાછી,
ઓલા બગીચા, કોલેજ ના પગથિયાં, ચાલ આવી જા પાછી.

સડસડાટ ચાલતી જિંદગીને રોકી લઈએ હમણાજ,
આંગળીમાં આંગળી પરોવી ચાલ આવી જા પાછી.

ઓલો ઉપરવાળો તો જોશે તમાશો મોત આપીને,
રોજ સ્પર્શ થી હરાવીએ એને ચાલ આવી જા પાછી.

અરે ગાંડી, આમ રિસાવાથી થોડો હું દૂર જવાનો છું,
પીછો કઈ રીતે છોડાવશે , ચાલ આવી જા પાછી.

આ હિન્દી ફિલ્મોએ બહુ ચગાવ્યાં છે પ્રેમનાં જુદા જુદા રૂપો,
હકીકતમાં તો આપણે છીએ બંને દેશી, ચાલ આવી જ પાછી.

બધું હવે કરવું છે ફરીથી ચાલ આવી જા પાછી,
ઓલા બગીચા, કોલેજ ના પગથિયાં, ચાલ આવી જા પાછી.

સડસડાટ ચાલતી જિંદગીને રોકી લઈએ હમણાજ,
આંગળીમાં આંગળી પરોવી ચાલ આવી જા પાછી.

ઓલો ઉપરવાળો તો જોશે તમાશો મોત આપીને,
રોજ સ્પર્શ થી હરાવીએ એને ચાલ આવી જા પાછી.

અરે ગાંડી, આમ રિસાવાથી થોડો હું દૂર જવાનો છું,
પીછો કઈ રીતે છોડાવશે , ચાલ આવી જા પાછી.

આ હિન્દી ફિલ્મોએ બહુ ચગાવ્યાં છે પ્રેમનાં જુદા જુદા રૂપો,
હકીકતમાં તો આપણે છીએ બંને દેશી, ચાલ આવી જ પાછી.

બધું હવે કરવું છે ફરીથી ચાલ આવી જા પાછી,
ઓલા બગીચા, કોલેજ ના પગથિયાં, ચાલ આવી જા પાછી.

સડસડાટ ચાલતી જિંદગીને રોકી લઈએ હમણાજ,
આંગળીમાં આંગળી પરોવી ચાલ આવી જા પાછી.

ઓલો ઉપરવાળો તો જોશે તમાશો મોત આપીને,
રોજ સ્પર્શ થી હરાવીએ એને ચાલ આવી જા પાછી.

અરે ગાંડી, આમ રિસાવાથી થોડો હું દૂર જવાનો છું,
પીછો કઈ રીતે છોડાવશે , ચાલ આવી જા પાછી.

આ હિન્દી ફિલ્મોએ બહુ ચગાવ્યાં છે પ્રેમનાં જુદા જુદા રૂપો,
હકીકતમાં તો આપણે છીએ બંને દેશી, ચાલ આવી જ પાછી.

બધું હવે કરવું છે ફરીથી ચાલ આવી જા પાછી,
ઓલા બગીચા, કોલેજ ના પગથિયાં, ચાલ આવી જા પાછી.

સડસડાટ ચાલતી જિંદગીને રોકી લઈએ હમણાજ,
આંગળીમાં આંગળી પરોવી ચાલ આવી જા પાછી.

ઓલો ઉપરવાળો તો જોશે તમાશો મોત આપીને,
રોજ સ્પર્શ થી હરાવીએ એને ચાલ આવી જા પાછી.

અરે ગાંડી, આમ રિસાવાથી થોડો હું દૂર જવાનો છું,
પીછો કઈ રીતે છોડાવશે , ચાલ આવી જા પાછી.

આ હિન્દી ફિલ્મોએ બહુ ચગાવ્યાં છે પ્રેમનાં જુદા જુદા રૂપો,

હકીકતમાં તો આપણે છીએ બંને દેશી, ચાલ આવી જ પાછી.

બધું હવે કરવું છે ફરીથી ચાલ આવી જા પાછી,
ઓલા બગીચા, કોલેજ ના પગથિયાં, ચાલ આવી જા પાછી.

સડસડાટ ચાલતી જિંદગીને રોકી લઈએ હમણાજ,
આંગળીમાં આંગળી પરોવી ચાલ આવી જા પાછી.

ઓલો ઉપરવાળો તો જોશે તમાશો મોત આપીને,
રોજ સ્પર્શ થી હરાવીએ એને ચાલ આવી જા પાછી.

અરે ગાંડી, આમ રિસાવાથી થોડો હું દૂર જવાનો છું,
પીછો કઈ રીતે છોડાવશે , ચાલ આવી જા પાછી.

આ હિન્દી ફિલ્મોએ બહુ ચગાવ્યાં છે પ્રેમનાં જુદા જુદા રૂપો,
હકીકતમાં તો આપણે છીએ બંને દેશી, ચાલ આવી જ પાછી.

બધું હવે કરવું છે ફરીથી ચાલ આવી જા પાછી,
ઓલા બગીચા, કોલેજ ના પગથિયાં, ચાલ આવી જા પાછી.

સડસડાટ ચાલતી જિંદગીને રોકી લઈએ હમણાજ,
આંગળીમાં આંગળી પરોવી ચાલ આવી જા પાછી.

ઓલો ઉપરવાળો તો જોશે તમાશો મોત આપીને,
રોજ સ્પર્શ થી હરાવીએ એને ચાલ આવી જા પાછી.

અરે ગાંડી, આમ રિસાવાથી થોડો હું દૂર જવાનો છું,
પીછો કઈ રીતે છોડાવશે , ચાલ આવી જા પાછી.

આ હિન્દી ફિલ્મોએ બહુ ચગાવ્યાં છે પ્રેમનાં જુદા જુદા રૂપો,
હકીકતમાં તો આપણે છીએ બંને દેશી, ચાલ આવી જ પાછી.

બધું હવે કરવું છે ફરીથી ચાલ આવી જા પાછી,
ઓલા બગીચા, કોલેજ ના પગથિયાં, ચાલ આવી જા પાછી.

સડસડાટ ચાલતી જિંદગીને રોકી લઈએ હમણાજ,
આંગળીમાં આંગળી પરોવી ચાલ આવી જા પાછી.

ઓલો ઉપરવાળો તો જોશે તમાશો મોત આપીને,
રોજ સ્પર્શ થી હરાવીએ એને ચાલ આવી જા પાછી.

28. શમી ગયા છે

સામેથી આવતા પડઘા શમી ગયા છે,
પ્રેમમાં આવતા રસ શમી ગયા છે.

એકમેકને શું આપ્યું એનો જ હિસાબ છે,
સ્પર્શોના ઉન્માદ હવે શમી ગયા છે.

હકીમો દવા લાવતા ડરે છે મારી પાસે,
એમને ખબર છે દર્દી મને ગમી ગયા છે.

વિષુવવૃત્ત હવે પૃથ્વીનું મધ્ય રહ્યું નથી,
ઉના વહેતા પવન કેમ ઠરી ગયા છે.

તોડી તોડીને સ્વપ્નો ભરે છે જામમાં,
પીવાવાળા હવે હકીકતને પામી ગયા છે.

29. સમજી લે

થોડો થયો છે ફરક જરા સમજી લેજે,
પણ ઈરાદા છે અડગ, જરા સમજી લેજે.

એક પાતળા તાતણાથી બંધાયો છું તારી સાથે,
તોડતા પહેલા ભલે બે ઘડી, પણ સમજી લેજે.

દબાવ પંખાની ચાપ ને હવા આવશે,
થંડકમાં હું જ છું એ સમજી લેજે.

તુ ખીલેલી વસંત ને હું છું પાનખર,
એક બીજાની પાછળ આવશું, સમજી લેજે.

અંદર છું તારી મને કઈ રીતે તુ કાઢીશ,
તૂ જ્યાં જ્યાં હું ત્યાં ત્યાં, સમજી લેજે.

30. દરિયો

એની સુગંધનો દરિયો,
ભરતીની જેમ ફર્યો.

થયુ ભીનુ મન,
પ્રેમ તને કર્યો.

તેજ તારા મુખનુ,
તડકો ખુણામા સર્યો.

જાઉ દુનિયામાં ગમેત્યાં,
તારીપાસે પાછો ફર્યો.

ભરિ એક આહ,
તારો પાલવ સર્યો.

31. સંભવિત છે

કોઈ દિલ ને બનાવે હળવું, સંભવિત છે,
હોય કોઈની પાસે કટાર, સંભવિત છે.

તું ચૂપચાપ રમ્યાકર ખેલ આ જિંદગીનો,
આવે તારીપાસે ગંજીફાની રાણી, સંભવિત છે,

કબરમાંથી પણ સંભળાય છે અવાજ રુદનનો,
પેલે પાર પણ શાંતી નથી , સંભવિત છે.

ફુરસદ નથી આજે સાકીને મૈંકદામા પણ,
મારા માટે હોય એક જામ, સંભવિત છે.

છાનું રુદન આજકાલ કોઈને સંભળાતું નથી,
મંદિરમાં એટલેજ ઘંટ હોય, સંભવિત છે.

32. મૂકવા માટે

તારા ધબકતા હૃદયમાં મારું આવવું ચૂકવા માટે,
મારા બંધ હૃદયમાં તારું આવવું સ્પંદન મૂકવા માટે.

ભલે તને મજા આવે મારી ઈચ્છાઓ તરછોડવામાં,
નફ્ફટ છે આશિક, ફરી આવ્યો કહેવા માટે.

મહેફિલમાં છે બધા, એમને પોતાના જ સમજ,
લગાડશે જો વાર, મળશે નહિ કોઈ સાંભળવા માટે.

શોધું છું બધે જીવવાની ચાવી કે રહી શકું સુખી,
મળી હોય તને તો આવને મને આપવા માટે.

કુરબત તું તો હજી કેદ છે તખલ્લુસમા,
શ્રોતાઓ ઊભા છે ગઝલ સાંભળવા માટે.

33. કેમનુ પોસાય

કોઈક ચાલી જાય ને જખમ થાય,
છતાય યાદોમા થોડુ હસી જવાય.

આમ કંઈ થોડી અમને પાછળ મુકાય,
પણ સાલુ મોતને કેમનુ હડસેલાય.

જીવવાનુ તો ઍમ છે સાહેબ કે,
દરવખતે હસવુ કેમનુ પોસાય.

તુતો મજાનો નીકળી ગયો બીજે,
પણ આવુ સ્વાર્થથી અમને છોડાય?

જીવશુતો અમેય તારાવગર ખુશીમા,
તુજ ગેરહાજર બદનસીબ કહેવાય.

અમે ય સ્વાથી ચાલશું તારા વગર,
આમ કંઈ બેસીને અમારાથી ના રડાય.

34. પ્રીત

તમારી ને અમારી પ્રીતની વચ્ચે એજ અંતર છે,
અમારી આંખો ભીની ને તમારી કોરી છે.

એ જ વિશ્વાસથી અડગ છે આ આશિક,
એના પ્રેમમા વફાની અતુટ ને અંદ્રશ્ય દોરી છે.

ન સમઝાય તને તો દોશ મારો નથી એમા,
દિલફેંક સ્વભાવ છે, ને તલવાર તારી છે.

35. યાદ રહેશે

આ મીલનના દિવસો તારી સાથેના યાદ રહેશે,
આપણે નહિ રહિએ, સંભારણા યાદ રહેશે.

તુ તો જાન મારી હતી, છે અને રહેશે,
ધબકતુ તારા નામથી દીલ મોતની બાદ પણ રહેશે.

કરી લઉ પાપ થાય એટલા અહીં યા,
ધોવા એને ગંગા હંમેશા તારી રહેશે.

દોસ્ત કીધો મનેતો એ ના કદી ભુલીશ,
ખુશી તારી હંમેશા, પ્રાધાન્ય મારૂ રહેશે

વિશ્વાસ છે એટલો કે કાયનાત હશે કદમોમા,
છતા ય આ રાજા ગુલામ તારો રહેશે.

36. બુઝાવી ગયા અમે

વરસ્યા તો એટલો જ ખ્યાલ આવ્યો મનમાં,
તરસ આ ધરતીની બુઝાવી ગયા અમે.

વીજળી તો અમથીજ ચમકારો આપે,
ખેડૂતની આંખોમાં ચમકી ગયા અમે.

કોઈ બીજો પણ હતો હેતુ વરસવાનો,
પિયુંનો પાલવ પલાળીને છૂપાઈ ગયા અમે.

વસવસો એક જ રહી ગયો મનમાં,
ગરીબની ઝુપડી પણ પાડી ગયાં અમે.

37. વાતો

હવે રહેવાદે તું તારા પ્રેમની વાતો,
કાંટાની જેમ આ જખ્મ દેતી રાતો.

તું ઉડાવે છે આ પ્રેમની કેટલીયે મજાક,
અને લાગણીની વચ્ચે હું ભલે વિરહ ખાતો.

આવી ગયા કેટલાય તોફાનો , હું સાથેજ હતો,
પણ તારા ફૈસલામાં મેં ફકત ખાધી લાતો .

આગ તો લાગી છે અને બુઝાય તો પણ કેમ,
કેટલો જોરથી આ પવન આજે છે વાતો .

ભલે કહે લોકો કેદમાં નથી આ પ્રેમ ,
પણ રોકે છે એને આ અપેક્ષાની ભીંતો.

38. રહે છે

આંખોમાં તારી કેટલાય સમંદર વહે છે,
એ સમંદરોમાં મારા અરમાનોના વહાણ રહે છે.

ઓગળી જાય છે દુનિયાદારીના બધા જખ્મો,
હું તને ચાહું છું એમ જ્યારે તું કહે છે .

કઠણ કરી રાખ્યું છે હૈયું એટલૂચ મેં,
દિલ તારા બધા જુઠ્ઠા વાયદા સહે છે.

બની જઈશ ગુલામ રૂપનો નહિ પણ સાથનો,
બોલ કોઈ આશિક તને એવું કૈક કહે છે ?

અજવાળા કેટલાય પાથરે છે તારો ચહેરો,
કે સૂરજનો રંગ પણ હવે રાતો રહે છે.

પડી તારી હા અને ઋતુ જો બદલાઈ ગઈ,
આવીજ મદહોશીને કસુંબાનો રંગ કહે છે.

હવે ફેરવી નાખ્યો તે મક્તાનો અંદાજ ,
ગઝલોમાં કુર્બતનું નામ હવે છેલ્લે રહે છે.

39. શ્રેષ્ઠ

કરીલે જેટલા પાપ થાય તારાથી દોસ્ત, ઉભો તારી સાથે કર્ણ છે,
જોઇ લેશુ પરીણામ કાઇં પણ હોય, થયુ શુ જો સામે હરી છે,

ઑલો અર્જુન તો નીકળ્યો ગપોડી, કહે પોતાને ધનુર્ધર,
બે ડગલા ઉભો પાછળ રણછોડંની, ને કહે પોતાને શ્રેષ્ઠ છે

40. જાય છે

ખીલેલું સ્વપ્ન રૂંધાતું જાય છે,
કૈંક તો મારામાં દબાતું જાય છે.

હું જાણુ છું કે તું સત્ય છે,
છતાંય તારું અસ્તિત્વ ભૂંસાતું જાય છે

વહે છે સ્રોત તારા અસ્તિત્વનો બધે
છતાંય ઝાંઝવામાં હરણ રિબાતું જાય છે

આજે શું તું કરશે પ્રેમનો એકરાર ?
રહસ્ય આ બહુ રિબાવતુ જાય છે

41. ગૂંગળામણ

બંધ બારીના લોકલના કાંચ
ગરમી અને દુર્ગંધ
વરસતો વરસાદ જોવાને બદલે
પાણીથી મોબાઈલની રક્ષા
ગૂંગળામણ
માણસ ટેવાઈ ગયો છે મુંબઈમાં

42. જોતો જ રહી ગયો

આવી વસંત હું તો જોતો જ રહી ગયો,
ખીલેલું તારું રૂપ હું તો જોતો જ રહી ગયો.

આંખો ના તારા તીર કેવા છે સચોટ,
ત્રાસા પણ નિશાન પર હું તો જોતો જ રહી ગયો.

કહ્યું નહીં કઈ ને આ ચાહત અને પ્રેમ,
લાગણીનું મૌન હું તો જોતો જ રહી ગયો.

લખવા તને બેઠો ને આ જો તો તારી કમાલ,
દોડતા આવ્યા મુક્તક હું તો જોતો જ રહી ગયો.

કહો કુદરતને સમેટવા શસ્ત્રો ને સરંજામ,
ઉડયો એનો પાલવ હું તો જોતો જ રહી ગયો.

ઢાળી દીધી તારી પાપણ શરમના વજનથી,
છે મારો આ કમાલ આજેય હું તો જોતો જ રહી ગયો.

43. સપનાં

લોકો સરકી પડે છે કેટલાય ઊંઘમાં સપનાં જોવા,
હું તો જાગતા સ્વપ્નો જોતા ઘણી પલ જીવી ગયો.

સમય તો સાલો ઉડી ગયો એનું કામ કરીને,
હું સુરાલયમાં ખાલી જામ પકડી બેસી ગયો.

આમ તો કાંઈ થાય ઊડતા ઊડતા વાત મિલનની,
બે ઘડી એની પાસે બેસવા પવન મને સમજાવી ગયો.

છે આ તે કઈ દોસ્તીની મિસાલ આ દુનિયામાં
આસ્તિન ના સાપની જેમ ઝેરથી કરડી ગયો

કરો તમે અપમાન મારા શબ્દોનું ન સાંભળીને,
હું મારી બે વાત કહેવી હતી એ કહી ગયો.

ગણાવે નથી થાકતા તમે અમે આચરેલા ગુનાઓ,
ને હું તો તમારા સંભારણા વાગોળતા રહી ગયો.

44. ક્યારે હતી

વિરહ ની છાપ પડી ખબર નહીં ક્યારે હતી,
બીજા પેગની અસર પહેલા કરતા ભારે હતી.

તને શું ખબર દિલના મકાન વિશે ઓ સનમ,
મજબૂતી એની તારી બેવફાઈના સહારે હતી.

હું કંઈ ના કરી શક્યો સાબિત તારા જુલમ,
આખી સૃષ્ટિ વકીલ બની તારી વહારે હતી.

મળવાના વાયદામા જિંદગી આખી વીતી ગઈ,
હવે તુજ કહે તારી વાત સાચી કયારે હતી?

છૂટો પડી રહ્યો હતો આત્મા શરીર થી,
ને દોડતી આવતી દૂરથી તું ત્યારે હતી.

હતો સંભળાવતો ગઝલ ને બધા ઊંઘતા રહ્યા,
મળી દાદ એની પણ મોડી સવારે હતી.

45. આમ જ કૈક

ઉડ્યૂ પાલવ હવામાં,
જાગ્યા અરમાન નિજ,
હ્રદયુ નહી કાબૂમાં,
આવી અષાઢી બીજ.

કેદી જુલ્ફોનો ને બેડિયું છે લટોની,
હવે કહો હલવાની હિંમત છે કોની.

46. ગુલ

દુનિયામાંથી પ્રેમ થઇ ગયો છે ગુલ,
વેચાઈ રહ્યા અત્તર,કરમાઈ ગયા ફૂલ.

એની સુગંધનો દરિયો કેમ પાર થાશે,
વિચાર કરી કરીને થાકી ગયા છે ફૂલ.

વરસાદના ટીપા ધીમેથી ઝીલી રહ્યા છે,
તારા વાળમાં સુંદર ગુંફાએલા ફૂલ.

પડી ગયા મંદિરના પથ્થર પરથી,
ખૂણે ખૂણે ચકદાઈ મરી ગયા ફૂલ.

છોડ પર કદી એમને ટકવા નથી દેતા,
હાથ માનવના ચૂંટી રહ્યા છે ફૂલ.

47. આશિકની જાત

ચઢતો જશે પ્રેમનો રંગ આશિકની જાત છે,
નહિ ઉતરે જલ્દી, આ તો પટોળાની ભાત છે.

શરમાઈ ને તું કેમ આટલા જલ્દીથી દોડી?
શરુ થઇ હમણાં તો મારા પ્રેમ ની રજુવાત છે.

ચૂપ હું પણ રહું છુ જોતા જ તારા ચહેરાને,
આ પણ એક લખાયેલી ગઝલ ચુપચાપ છે.

હું અને તું, બહુ નહિ કઈ જોઈએ જીવવા માટે,
તો દુનિયાને શેની આટલી ચંચુપાત છે.

હું શંકર નથી કે કામદેવ ને ભસ્મ કરું,
મારૂ ધ્યાન તો તને બોલાવવાની વાત છે.

48. જખ્મોની ચર્ચા

લાંબી બહુ મારા જખ્મોની ચર્ચા થઇ,
થોડીક મઝારે તો થોડીક મિનારે થઇ.

મળ્યા હતા મિત્રો દુઃખ દૂર કરવા,
વળી પીઠ, અને ધોકાની વાત થઇ.

જિંદગીમાં થાકીને થઇ ગયો લોથ-પોથ,
ત્યારેજ સપના પાછળ દોડવાની વાત થઇ.

જયારે જયારે ભક્તિનો દ્રનિયામાં રંગ ચડ્યો,
ત્યારે ત્યારે ઝહેરના કટોરાની વાત થઇ.

જાગી ગઈ મહેફિલો આ તે શું કમ છે,
જયારે જયારે મારી ગઝલની રજૂઆત થઇ.

ઉગ્યો નહિ સૂરજ ને છુપાયો પેલો ચંદ્ર,
તારા ચહેરાથી સવાર ને ઝૂલ્ફોથી રાત થઇ.

લાગી હતી કેટલીયે લતો મને જિંદગીમાં,
કસૂબાના પહેલા તારી નજરોની વાત થઇ.

49. આલિંગન આપ

ઠંડીમાં એક નાગચૂડ આલિંગન આપ ,
સૂરજ બની તારા વદનની હૂંફ આપ.

કરીને ગલગલીયા પીઠ પર રજાઈમાં,
ગુલાબી સવારને પ્રેમનું સ્વરૂપ આપ.

છોડીને પ્યાલો, સીધો ખેંચાઉં તારી પાસે,
સમાઈ જાય શ્વાસોમાં એવું એક ચુંબન આપ.

ઘસાઈ ગયો જિંદગીમાં ઉતારીને વેઠ,
જિંદગી સુંદર છે એવો કોઈ વિચાર આપ.

ઉકળીને લોહી ફકત વહે છે નસોમાં ,
ટપકી જાય કાગળ પર, એવી કોઈ ગઝલ આપ.

50. ગપ્પુ

નામ રહેશે તારા પછી એ કોઈએ મારેલું ગપ્પુ છે,
ચગાવ નહિ પતંગ આશાનો, એ ઘણો લપ્પુ છે.

આમ ક્યાં નીકળ્યો તું ખુલ્લું દિલ લઈને બહાર ,
સામે તો જો, બધાના હાથમાં ચપ્પુ છે.

નહિ સાચવ લક્ષ્મીને તું તારા મગજમાં,
સ્વભાવ એનો ઘણો ગપ્પુ છે.

ધોળીને પી જશે તારો જોશ ને ઉમંગ પળવારમાં,
નેતાના મોઢામાં ગપ્પુ ને બગલમાં ચપ્પુ છે.

ખોદીને કબરમાંથી કાઢી નાખ્યા છે સપનાઓ,
પ્રાર્થના એ માણસને ઈશ્વરે આપેલું ગપ્પુ છે.

51. શોધ

તુ સુરા નહિ
મયખાનું શોધ
છલકાય દરેક વખત
એવા ચાર જામ શોધ

તડકો નહિ તો
વરસાદ શોધ
વિસકી નહિ તો
રમ શોધ

પછીજ જામશે મહેફિલ,
તુ ગઝલ નહિ, ઊડાણ શોધ.
લાપસી જતા પહેલા કબરમાં,
દિલમાં સપનાઓનો આવેગ શોધ.

52. એકલા

બધા ભલે કહે આ રાત છે ચાંદનીની પણ મેં જોયો ચંદ્ર એકલામાં રોતો,
ચમક એની બધા જોઈ ને અંજાય છે, પણ એ કેટલીયે રાત થી નથી સૂતો.

લાગણીના લોચા વળવાનું બધાને બહુ ફાવી ગયું છે દરેક વાતમાં,
કદી તો બીજા કોઈના દિલમાં જઈને તમે એના જખ્મો પણ ગોતો.

વાહ, હવે તે પણ શીખી લીધું છે દરેક વાતમાં રિસાઈ જવાનું,
અરે આશિકનું કેવું થાય છે એ બિચારો રાતથી નથી સૂતો.

સુંદર દેખાઓ છો એનો મતલબ એ નથી કે બધું કરાવી લેશો,
એટલું ના ખેંચો કે અમે કહીએ જાઓ જઈને બીજો કોઈ ગોતો.
દુશ્મન બહુ જોઈએ છે મને કારણ કે હવે આ મુશ્કેલીઓ ઓછી છે,
લડવાની મજા ઓર છે , પછી ભલે મારી પાસેથી એ કઈ પણ લેતો.

53. કંકોત્રી

સંબંધોને આપ્યા છૂટાછેડા કંકોત્રીની જેમ,
ખબર નથી માણસોથી વર્તાય છે આમ કેમ.

નેતા કહે છે લે આપું તને બધું ખટાખટ,
અહીં મજૂરનું હજી એ ચાલે છે જેમ તેમ.

વરસાદને બનાવી દીધો છે આરોપી ,
ભ્રષ્ટ તંત્રએ બધો પલટાવી દીધો ગેમ.

બેટી પઢાઓ એમ લગાવે છે નારાઓ અને,
એમની ઈજ્જત નો ભાવ રહ્યો કોડીઓની જેમ.

હુંજ જઈને ઝૂક એવું કેમ એણે ધરી લીધું,
કોઈ તો એને બતાવે થઈને ખુમારીનું હેમ.

54. શોધીએ

ક્યાંય બુઝાય નહિ ચાલ એવું હવામાં કૈક શોધીએ,
હું લઇ આવું આંસુ, ચાલ તારા રૂમાલમાં કૈક શોધીએ.

મોટા થઇ ગયા અને આવી સમઝદારી હવે બધાને,
ચાલ નાદાન થઈને શૈશવ જેવું કૈક શોધીએ.

દોડી ગયો છે આત્માનો અવાજ હવે દૂર સુધી,,
ચાલ મળી જાય તો ખુમારી જેવું કૈક શોધીએ.

પથરાઈ ગઈ છે સુંવાળી પથારી પણ નીંદર નથી,
આરામથી પોઢી જવા ચાલ મજૂરી જેવું કૈક શોધીએ.

છું ભર્યો પ્રેમથી, એ મારું માનવું છે હજી સુધી,
ચાલ અભિમાન જેવું મારામાં કૈક શોધીએ.

55. છૂટી જાય

આમ સમઝવા જાય તો તેમ છૂટી જાય,
સંબંધો હંમેશા આશાઓથી તૂટી જાય.

પરમાત્માને જઈને તું મંદિરમાં ખોજતો,
એટલેજ તો રોજ રોજ ધીરજ ખૂટી જાય.

દોડ્યા વગર મન માનતું જ નથી કંઈ,
અને હૃદયની લાગણીઓ સૂતી જાય.

જઇ તો જો તું વસંતના આકાશ નીચે,
જો કેવી સુગંધ ફૂલોની આવતી જાય.

જાણીજોઈને તું કરવા ચાલ્યો કૈક નવું ,
જો જે છાંયડો એના જુલ્ફોનો ના છૂટી જાય.

56. वही रह्युं छे

અંદર કોઈ છાનું માનું છુપાઈ રહ્યું છે,
દિલમાં કોઇ જખ્મ કેમ વહી રહ્યું છે.

વરસાદ તું જરા વરસ જલ્દી થઇને,
યુગોથી કોઈ સાદ પાડી રહ્યું છે.

છે લાચાર તારી સામે માણસ ઓ નિયતિ,
છતાય કોઇ સામે છાતીએ લડી રહ્યું છે.

કમાઈની પળોજણમાં કશુક ખોવાઈ ગયુ.
દિલ સાલુ ખબર નહીં શું ગોતી રહ્યું છે.

સીખી ગયો કુર્બત જીવનનો અર્થ હવે
ખબર છે એને પણ મોત ગોતી રહ્યું છે

57. વાત જાણે એમ છે

મારે મન તો વાત જાણે એમ છે,
મળ્યું બધું તોય ઈચ્છા જેમની તેમ છે.

ઊડી ગયું છે ખમીર હવે બધું,
નોકરીએ કરી મરદાનગીની ગેમ છે.

પૈસાના ઘોડા પર સવાર છે કોઇ,
ને ટાપોમાં રગદોળાતું પ્રેમ છે.

કૃષ્ણ પણ ના શીખવી શકે ગીતા અહીં,
માનવે ભરી અભિમાનની હેમ છે.

દબાવે બહુ એને જે જાય દબાઈ,
દુનિયામાં બધે રિવાજ આ સેમ છે.

58. હોય છે

પ્રેમમાં પણ જુવાળ એવો હોય છે,
જ્યાં સાદ તારો મારા ત્યાં કાન હોય છે.

તને જોવા બસ સ્ટોપ પર જ્યારે દોડું છું,
એક હાથમાં દિલ ને બીજામાં જાન હોય છે.

આ નખરા તને હવે શોભતા નથી,
આશિકોના પણ હવે માન હોય છે.

ઘરે કોઈ નથી? મને બિન્દાસ બોલાવ,
મર્યાદાનું મને હંમેશા ભાન હોય છે.

મારી નાખસે આંખ ઓઠ કે ઢળતા પાલવથી,
બહુ બધો એની પાસે શસ્ત્ર-સરંજામ હોય છે.

લોકો પણ ગુલદસ્તાના ફૂલથી અંજાય છે,
સાચી ખુશ્બુની ક્યા એમને જાણ હોય છે.

59. ખુમાર છે

તું સમજીને વર્તી એ તારો વ્યવહાર છે,
હું દિલ આપી બેઠો મારો ખુમાર છે.

શક્ય એટલા જલદીથી પીછું મારાથી છોડાવ,
એક વાર ચોંટી ગયો તો પ્રયાસો બેકાર છે.

વૈદ્યોને કહો કે નવી દવાઓ શોધી લાવે,
દર્દ મારી પાસે નવા નવા ચિક્કાર છે.

ભારેલો અગ્નિ અને મારામાં એક સામ્ય છે,
જરા અમથી હવાથી તરત ભડકનાર છે.

પથરા ખાઈને મરે એ મજનૂઓ બહુ પોચા હતા,
મારી પાસે પ્રતિકાર માટે ભાલા હજાર છે.

60. જાત

ચઢતો જ જસે પ્રેમનો રંગ આશિક ની જાત છે,
લગાવ જોર ઉતરવા, આ તો પટોળાની ભાત છે.

વિષ પીવામાં હવે માસ્ટરી આવી ગઈ છે,
કેટ કેટલાય અમૃત ના ઘડાને મારી લાત છે.

મિત્રતામાં સોદો બહુ સસ્તાઈથી કરી નાખું છું,
આમ તો આપણી સીઈઓ થી વધુ લાયકાત છે.

ધીરજ હોય તો જ મારી સાથે રહેવાની વાત કર,
ધીમે ધીમે ચઢે એવી આપણી વાઇનની જાત છે

સામે તમે હતા એટલે જ આ હારનો સામનો થયો,
નહિ તો મારી સામે ભલાભલાની શું વિશાંત છે.

61. શબ્દો

ઈ તારી મરજી તને જાવું છે કયાં સુધી,
મને પણ ખબર છે આવવું છે કયાં સુધી.
નીકળી ગઈ છે તારા પગમાંથી પાયલ,
વગર છમકતા તને ચાલવું છે કયાં સુધી.
શરદ પૂનમની રાતે તારો હાથ પકડીને બેઠો હતો,
ચાંદલો આટલો દૂર પણ છતાય ક્યાં હેઠો હતો.

62. રહું નથી

પોતાનું હોય એવું કાંઈ જ રહું નથી,
હવે બજારમાં કિંમતી કાંઈ જ રહું નથી.
જે જે મળ્યા દર્દ એ બધા લઇ લીધા,
હવે સહેવા જેવું કાંઈ જ રહું નથી.
ભૂત અને વર્તમાન એક થઇ ગયા,
પાછળ ફરી જોવા હવે કાંઈ જ રહું નથી.
હું નાદાન અને તું સમઝદાર એવું લાગ્યું,
નાદાની જેવું સમઝદારીમાં કાંઈ જ રહું નથી.
તે ચાલે જ રાખ્યું વગર પાછળ જોએ,
ના બોલ તું કે મેં કાંઈ જ કહું નથી.

63. મસ્તી નથી

હવે જખમ વિના મસ્તી જ આવતી નથી,
સાલી છે જુવાની પણ જરાય આવતી નથી.
તું આવે સાથે લઇ સુગંધ નો દરિયો,
હવે ફૂલોમાંથી ખુશ્બો આવતી નથી.
ટાકા ખોલીને બનાવ્યા જખ્મો ને દ્વાર,
કેમ તું કોઈ નવું દર્દ લાવતી નથી.
સૂકો રહી ગયો એકલો પલળીને વરસાદમાં,
તું પણ કહે હવે આ ઋતુ ભીંજવતી નથી.
લઇ લે પ્રેમ હું તો આપવા જ બેઠો છું,
કેમ તું ખોલી દિલ આવતી નથી.

64. આદત ખરાબ છે

જાણી જોઈ ને ઝેર પીવાની સાલી આદત ખરાબ છે,
કોઈ ને સાથ લઇ મરવાની સાલી આદત ખરાબ છે.
મારા પ્રેમના હકદાર તો ઘણા છે આ દુનિયામાં,
એક ને હક આપવાની સાલી આદત ખરાબ છે.
આવી ગયા નારાયણ અર્જુન સાથે વીંધવા કર્ણ ને ,
દોસ્તીની આટલી કિંમત આપવાની સાલી આદત ખરાબ છે.
આવ્યા હસવા મારા પાર આટલા બધા ટોળે મળી,
પછી સાંત્વના આપતા લોકોની સાલી આદત ખરાબ છે.
લડવાની દુનિયા સાથે સજા મોટી હોય છે સાહેબ,
છતાંય અડીયલ રહેવાની સાલી આદત ખરાબ છે.

65. એક ભ્રમ છે

આ સાલો પ્રેમ એક ભ્રમ છે,
બતાવો ભલે પણ એક ભ્રમ છે.
એવા કંઈક દાખલા આપો વફાના,
છેવટે તો સિગરેટ નો એક દમ છે.
મરી જઈશું એવી ફકત વાતો જ છે,
છેવટે તો એ દરેક ખોટા સમ છે.
કિસ્સાઓ હજુ જ્યાં હતા ત્યાંજ છે,
સસ્તી ભાવનાઓનો એક જમ છે.
પેદા થઇ ગયા અમે ગલત યુગમાં ,
અમારા જેવા માટે આ વ્યર્થ જનમ છે.

66. તું કેમ છે

હાર છે વાર છે સંહાર છે ને પાછો પ્રેમ છે,
કેમ તને મારા પ્રેમ પાર આટલો વ્હેમ છે.
બધા જખ્મો શું મારે જ સંબંધોમાં ખાવાના?
ને પાછી પૂછતી એ નથી કે તું કેમ છે .
ભૂલો પડ્યો પવન પણ તારું ઘર શોધતા,
મેં એટલેજ માર્ગ બદલ્યો ખુદાની રહેમ છે.
મરવાનું તો ક્યાં આટલા જલ્દી પરવડે,
પહેલા જોવા દે કબરની જગા હેમખેમ છે?
તું બેશક લઇ લેજે વળાંક ખોવાયેલ રસ્તા પર,
મળશે, જરૂર મળશે, આશિક ઉભો જેમનો તેમ છે.

67. ગુરુત્વાકર્ષણ

અંગૂઠી તો પાછી આપી દીધી પણ આ વળ નું શું કરશો ?
જોડાયેલા બંને વચ્ચેના આ ગુરુત્વાકર્ષણ બળ નું શું કરશો ?
પવનનું કામ જ છે નાહ્યા પછી તને સુકાવવાનું ,
એની આ ના બદલવાની આદત નું શું કરશો ?
સાંભળું છું બધાની વાત ને બહુ કાચા કાને,
સંવેદનશીલતા બહુ ઓછી થાય છે , શું કરશો?
સુંદરતા ને રવાડે ચઢો તો બધું જ સુંદર છે,
તમે ભલે છુપાવો જુવાની , પણ મારું શું કરશો?
સાવ કોરું જ છે ગળુ આટલી મદિરા પીને પણ,
પ્યાસ પ્રેમની , બજારમાં નહિ બુઝાય , શું કરશો ?

68. ફાવે છે

ભેજાબાજો સાથે મને ઓછું ફાવે છે,
કામ કઢાવવું એમને કઈ રીતે ફાવે છે ?
હું જ્યારે જ્યારે આવું છું પ્રેમથી નજીક,
ત્યારેજ તું મારી ભૂલો કેમ વચ્ચે લાવે છે?
સંતાકૂકડી રમી રહ્યો છે વખત આપણી સાથે,
ખરાબ વખત હંમેશા થપ્પો મારીને આવે છે.
ફરિયાદ કરવી છોડી દીધી છે હવે ખુદા પાસે में ,
એને ક્યાં મને રોજ સાંભળવાનું ફાવે છે.
મોત ને કહી દો થોડી વાર તો થોભી જા,
મને માફ કરવા એ હમણાં જ અહીં આવે છે.
ગંજીફા નો રાજા રિસાઈ ગયો છે ,
હારી में દરેક બાજી હવે દાવે દાવે છે.
કાઢી નાખવામાં દિલથી લે તું સફળ થઇ,
હવે મથૌ, બીજે ક્યાં મને રહેવાનું ફાવે છે.
એની સુગંધનો દરિયો શ્વાસોમાં વહે છે,
દર વખતે એ નવી સોડમ લઇ આવે છે.

69. બધુ ટાળો

બહુ વિચારવાનું નહીં, વાળી દેવાનું,
લફડું જેટલું બને, ટાળી દેવાનું .
અસફળતામાં ડઘાઈ જાય એ બીજા,
નસીબનું તો કામ જ છે તાળી દેવાનું .
પ્રેમમાં દુઃખ મળે તો કઈ નહીં ,
કદી કદી દિલને અમસ્તું બાળી લેવાનું .
મહેફિલમાં કોઈ ના સાંભળે તો કઈ નહીં ,
એકલામાં કાગળ પર ગઝલને વાળી દેવાનું .
તારા વાળ મારા ખભા ઉપર પડ્યા હતા ,
કારણ એ જ હતું રાત સુંવાળી હોવાનું.
આજકાલ શહેરમાં નવો સંબંધ છે સ્થપાયો,
એ જ કારણ છે ઘરમાં કામવાળી હોવાનું.

70. પેંચ

કેટલા બધા જખ્મો જરા જઈને તો વ્હેંચ,
આવી છે બજારમાં નવા દર્દીની ખેંચ .
એક બીજાને કાપવામાં માણસ વ્યસ્થ છે,
જો કેવી કેવી લાગી પતંગની પેંચ.
એ ભલે જુલ્મ કરે ગમે એટલા તારા પર,
પણ તું તારું સ્વમાન જરા પણ નહિ ખેંચ,
લઇ લે, જા આપી દીધી તને મારી દૌલત,
પણ દોસ્તીમાં ના કર તું આવી લે-વ્હેંચ .
શેર બજાર તો ઉપર નીચે ચાલ્યા જ કરે ,
પ્રેમની પણ આવીજ રીતે ચાલી લે-વ્હેંચ,
આમ મોઢું ફુલાવી મારી આગળ પાછળ ના ફર,
ગુલાબી ગુલાબી વસંતમાં આવું લાલ લાલ ના વ્હેંચ.

71. મજા આવી ગઈ

ગઝલ લખી લખીને મજા જીન્દગીમાં આવી ગઈ ,
કોઈને ગમે કે ના ગમે, આપણને તો સાલી ફાવી ગઈ.
આજે જલ્દી જલ્દીથી કામ મેં પતાવી દીધું,
હવાએ ખબર આપી કે એ નીચે આવી ગઈ,
એને દુઃખ દઈ દીધું એ વાતનું દુઃખ છે,
મારી વાણી વસંતમાં પાનખર વાવી ગઈ,
મારો શ્વાસ એની સાથે ભળતો જ હતો,
એવામાં ક્યાં આ હવા વચ્ચે આવી ગઈ.
આંગળીઓમાં આંગળી નાખી ખાલી જગ્યા પુરી દીધી,
મારી આ બદનામ આદત સાલી મને ફાવી ગઈ.
જઈ રહ્યો હતો ખુદાની બંદગી કરવા ,
એની આંખો મારો રસ્તો ફંટાવી ગઈ.

72. દ્રષ્ટિનું છે સામ્રાજ્ય

જોજનો દૂર આ દ્રષ્ટિનું છે સામ્રાજ્ય,
આંખો જોયા કરે , ક્ષિતિજનું છે સામ્રાજ્ય.
ઝાંઝવાના જળ છે તો પ્યાસ ક્યાંથી બુઝાય,
રણ પાસે પણ છે અખૂટ આ સામ્રાજ્ય.
રેલવેના ડબ્બામાં ઠૂંસી ઠૂંસીને ભરેલા લોકો,
ગૂંગળાય છે ત્યાં કેટલાય સપ્નાનું સામ્રાજ્ય.
આણે માર્યું ખંજર, ઓલાએ પહેરાવી ટોપી,
જગા જગા પર ફૂટ્યું છે કપટનું સામ્રાજ્ય.
આટલી ટૂંકી ઓઢણી લઈને ક્યાં ફરે છે,
ગલીએ ગલીએ છે મજનૂઓનું સામ્રાજ્ય .
ભલે ખામોશીમાં કેટલાય શબ્દો મારા અટવાયા,
કાગળે કાગળે છે મારી ગઝલનું સામ્રાજ્ય.

73. દર્દ

લઈને ફરું છું હાથમાં તારું દર્દ,
કેમ કરીને કરું ઓછું આ દર્દ.
વણી લઈએ ખુશી આ ક્ષણમાંથી,
ગમે ત્યારે અથડાશે દુઃખોનું આ દર્દ.
મળી ગઈ રસ્તામાં તો આંખો મિલાવજે,
કોણ જાણે ક્યારે મળશે વાંચવા તારું દર્દ.
હોય દુઃખ તો એ જિંદગીનો જ ભાગ છે,
ના કર હિસાબ ક્યાંથી કેટલું મળ્યું દર્દ.
છે જુદા આપણે પણ આ જુદાઈ કેવી,
વાંચી પણ ના શકે મારી ગઝલમાં તું દર્દ.
સંભવ છે કે હું નોકરી ના કરું હવે,
નહિ તો વાંચશે કોણ સાહિત્યમાનું દર્દ .

74. ફાવતું નથી

મુખોટો પહેરી જિંદગીમાં રમવાનું ફાવતું નથી,
હું જેવો છું એ રીતે જ જીવવાનું ફાવતું નથી,
લઇ ગયા બધા મારા શબ્દો જબાનથી,
હવે હું બોલું છું, પણ બોલવાની ફાવતું નથી.
લપ્પુ પતંગ કેમે કરી ચગતો જ નથી,
આકાશમાં રહેવાનું હવે એને ભાવતું નથી.
ફરી આવ્યો બધે પણ બધા જ સ્થળો સરખા,
તારા વગર ભાત ભાતની મજા કોઈ લાવતું નથી.
સંબંધ આ વેરવિખેર કરવાના આરે જ છે,
હવે તો કહી દે કે શું તને ફાવતું નથી.
લઇ જા બધું જો મારા વગર તું ખુશ છે,
ફેંક્યું છે પત્તુ, કેમ તારા હાથમાંથી સરતું નથી.
બેહોશીમાં જ રમ્યા હતા પ્રેમની આપણે બાજી,
હવે તું હોશમાં છે ને માને એ ફાવતું નથી.
તોફાનમાં ફૂદ્યો છું કસબ અને નસીબ પર,
ખબર છે મને આ દરિયામાં કોઈ તરતું નથી.
જો તે મને બદલ્યો તો એક વાત યાદ રાખજે,
ઝરણું નદીની માફક કદી શાંત વહેતું નથી.

75. લાવતું નથી

કામિની વગર આ જગ કોઈને ભાવતું નથી,
જીંદગીની મજા એના વિના કોઈ લાવતું નથી.
હોઠ, આંખો, વક્ષ, કેશ, કમર ને નિતંબ,
બીજી કોઈ કૃતિમાં આટલું સાંદર્ય સમાતું નથી.
જવા દે લઈને મારા દિલ અને દિમાગ વારંવાર,
હું નહિ કહીશ કે મને આ ભાવતું નથી.
એક ચુંબન છે બધો થાક ઉતારવા માટે,
કુદરત બીજું કેજ કિંમતી લાવતું નથી.
ભલે મૈખાનો ડુબાડતું હોય બધાના ગમ,
સ્ત્રીની બાહો જેટલી અસર એ લાવતું નથી.
ચોળીમાં ગયેલો હાથ, એ સુંદર ક્ષણ છે,
અનુભૂતિ એવી બીજું કેજ લાવતું નથી.

76. આકાર છું

લાગણીઓનો મારી હું જ શિકાર છું,
ભલે તીર મારી પાસે, હું જ શિકાર છું,
હાંસિયામાં ધકેલાઈ ગયો છું વારંવાર,
કલાકારની કૃતિનો હું એ આકાર છું.
જેને કયૌ પ્રેમ, દુઃખ એને જ દીધું છે,
એટલેજ કહું છું હું ઇશ્કનો વિકાર છું.
સહદેવની જેમ થઇ ગયું છે મારું જ્ઞાન,
જે વ્યક્ત ન થાય એવો હું ચિત્કાર છું.
ભલે ન સમઝાય મારી ગઝલો મહેફિલમાં,
શબ્દોમાં છતાંય થયેલો હું ચમત્કાર છું.
ફેલાઈ ગયો છું એ હદે હરિના પ્રેમમાં,
હું ચોમેર, અનંત અને નિરાકાર છું.
ગુંથી લીધા છે ફકત મેં તારા પ્રેમના પુષ્પો,
હવે સુગંધનો થયો હું સાક્ષાત્કાર છું.
ભલે ચાલતું હોય સ્પંદન દરેક હૃદયમાં,
હું પકડાયો જ નહિ એવો ધબકાર છું

77. ફાવતું હતું મને

રસ્તે ચાલતા આમ તો ફાવતું હતું મને,
કાંકરા મળે કે કાંટા ફાવતું હતું મને.
લાગી ગયા છે તાળા કેટલાય સંબંધોને,
ચાવી બની જવાનું ક્યાં ફાવતું હતું મને.
ચહેરાનું તારા સ્મિત કરમાઈ ગયું મારા વર્તનથી,
પહેલા લાગણી બતાવવાનું ફાવતું હતું મને.
કેમ જાણે વિખેરાઈ ગયો છું જોતજોતામાં ,
સંજોગોમાં અડીખમ રહેતા ફાવતું હતું મને.
તું ધરી ને હું ધરા, એ જ એક સત્ય હતું,
ફરતે તારી ભમવાનું બહુ ફાવતું હતું મને.

78. ખીલેલો રંગ

મિજાજ એક બાજુ કેરીના રંગોનો ખીલેલો છે,
બીજી બાજુ તાપ સૂરજનો કોઈ ચહેરાએ ઝીલેલો છે.
મેં ભલે ન કર્યો, પણ પ્રહાર તો થઇ ગયો,
કોઈના રુદને એ સામી છાતીએ ઝીલેલો છે.
હૃદય પર પહેલા જ હતો બહુ મોટો બોજ,
ને ખીસો પણ દરજીએ ડાબી બાજુ સીવેલો છે.
મુક્ત થઈને ઝન્ઝવા રખડે છે આમ તેમ બધે,
માણસ દોડી દોડીને હવે બધે જ તરસેલો છે,
પાછળ વળીને પડછાયો જ જોયા કરું છું,
ભૂલી ગયો કે પ્રકાશ સુરજનો સામે ખીલેલો છે.

79. કવિ

ઓછી કિંમતના છતાંય કવિ છીએ,
પણ કુદરતમાં દામ વધારે રવિ થીએ.
આ શોખ છૂટો કરશે ગુલામીમાંથી,
ક્યારના લખીએ છીએ, મથીએ છીએ.
મંઝિલ છે એમાં પથરા તો આવશેજ,
કામ છે આપણું , હંમેશા ચાલીએ છીએ.
મળતો હોય પ્રેમ તો રોકાઈ જાઉં,
તકરાર તમારી તો રોજ સાંભળીએ છીએ.
રૂમાલ રાખવાની આદત નથી અમને,
રડવા માટે વરસાદની રાહ જોઈએ છીએ.
ઉદરમાં જગા નથી અન્ન માટે,
અને પ્રેમની ભૂખ લઈને ફરીએ છીએ.

80. વાત સાચી છે

ગુનેગાર છું તારો એ વાત સાચી છે,
માફીનો વખત ગયો એ વાત સાચી છે.
તારી તરફથી વહે છે આગ નફરતની,
ને જખ્મો મારા નગણ્ય,એ વાત સાચી છે.
કપડાં ધોઈને સુકાવવા બહુ સહેલા છે,
ડાધ બાકી રહે એ વાત સાચી છે.
આંખોમાં તોફાન વધતાજ રહેવાના,
આસું ડોહળાઈ ગયા એ વાત સાચી છે.
આંગળીઓ ગુજરી ગયેલા વખત પર છે,
ભૂતકાળમાં શક્તિ છે એ વાત સાચી છે.

81. નબળાઈ

કરી મેં તારી ઈચ્છા એ નબળાઈ નથી,
પ્રેમ છે ઘણો મારામાં એ નબળાઈ નથી.
વિચારોના તોફાનો તો આવ્યા જ કરવાના,
એમાં એક તારો વિચાર છે એ નબળાઈ નથી.
કેટલીએ ભૂલો મારાથી થયા જ કરે છે,
નસીબ છે મારુ કે તું અકળાઈ નથી .
હેઠા મુક્યા હથિયાર મેં દુનિયા સામે,
બેઠો તારી ચોખટ પર એ નબળાઈ નથી.
દીવો આપે પ્રકાશ, શી ફિકર હવામાનની,
બુઝાઈ જાય તોફાનમાં એ નબળાઈ નથી

82. ખોવાઈ ગયો

પ્રશસ્થ આકાશની જેમ ફેલાયેલો છું,
જખ્મો ના શોધશો, જન્મોથી ધવાયેલો છું.
તમે ચાલ્યા ગયા વગર દિલનું સરનામું દીધે,
પ્રેમની ગલીઓમાં એટલે જ ખોવાયેલો છું.
આ ઇમાનદારીનો બોજ હવે ઉંચકાતો નથી,
બેઈમાન દુનિયાથી સતત ઘેરાયેલો છું.
ભલે છેલ્લી ઘડીએ આવવાની ના પડી દો,
રાહ એમની જોવા હું ટેવાયેલો છું .
સંબંધોમાં ઔપચારિકતાઓ જ બચી છે,
દરવાજાની બંને બાજુ અટવાયેલું છું.
ભક્તિ કરી, થોડો તો હક આપ ખુદા,
મળીજા આવીને, તારાપર રીસાયેલો છું.
જુલ્મી સત્તા મારો અંત ના જોશો બહુ,
બનીશ જ્વાળામુખી, અંદર દબાયેલો છું

83. નડવાનું નઈ

મારી ગઝલનો એક પણ શેર તને અડતો નથી,
એટલે જ હું મહેફિલમાં માઈકને અડતો નથી.
મારા હોવાથી કાયમ તકલીફ છે લોકોને,
બને ત્યાં સુધી એટલેજ હું કોઈને નડતો નથી.
લોકો ભોગવે છે કર્મોના ફળ એ સત્ય જ હશે,
એમ જ સમજી હવે હું ઈશ્વર સાથે લડતો નથી.
કદાચ મારા દુઃખ પાણી બનાવી દે છે સુરાને,
એટલેજ મૈકદેથી પાછા ફરતા હું લથડતો નથી.
વાંચી લઉં છું મારા જ શેર એકલતામાં હવે,
આપો દાદ એ લપ્પન-છપ્પનમાં હું પડતો નથી.

84. કામ કરી ગઈ

કરી ગઈ જો આ મસ્તી કામ કરી ગઈ,
છવાઈ ગયો ઉન્હાળો, સૂરજનું કામ કરી ગઈ.
હતું કામ મારું પણ નામ કદી થયું નહિ,
ઇમાનદારો જુઓ, દુનિયા કેવું કામ કરી ગઈ.
બધા ગુના મારા જ એ હવે સાબિત થઇ ગયું,
દરેક રીતે સાફ એ પોતાનું નામ કરી ગઈ.

આવો, વાપરો, એ છે જ વાપરવા માટે,
સંતાનો માટે બાપની મૂડી કામ કરી ગઈ,
તમે ગુલાબી, આજે વધુ ગુલાબી લાગો છો,
કળીઓ બાગની રંગ તમારે નામ કરી ગઈ.

85. દિવસો આવી રહ્યા છે

લખનારના હવે એવા દિવસો આવી રહ્યા છે,
સામેથી ફકત પ્રત્યાઘાતો આવી રહ્યા છે.
લખે હકીકત પર કે લખે પ્રેમ પર,
પ્રેક્ષકો વિષયના શબ્દો ચાવી રહ્યા છે.
લેખક નો આત્મા ક્યાં વિરક્ત રહ્યો છે,
એટલે જ એ નવા રૂપકો લાવી રહ્યા છે.
કેટલાય સાગર તૂટે છે રોજ મૈકદામાં ,
છતાંય સાકી નવા જામ લાવી રહ્યા છે.
સત્ય સત્ય કહેતા રહેવાની આજ સજા છે,
બધા જૂઠાઓ રોજ હાથ મિલાવી રહ્યા છે.
હું કદીએ સાથ છોડી શકીશ નહિ એનો,
મને રોજ નવા નવા દદી ફાવી ગયા છે.

86. સમઝદાર

બધા મને રસ્તામાં સમઝદાર જ મળે છે,
ને મારા જ કિસ્સાઓ પાર ટોળે વળે છે.
અફ્સાનાઓ તો પ્રેમના બનતા જ રહેશે,
તૂટે છે, જ્યારે એમાં સ્વાર્થ ભળે છે.
પુરુષાર્થ તો મારો અડીખમ જ ઉભો છે,
પણ નિયતિનું લખ્યું ક્યાં કદી ટળે છે.
સમજાવવાની કલા હવે પ્રેમમાં ખૂટી ગઈ,
સમજવાની સાદી વાત એને ક્યાં કળે છે.
દર્દથી ભરાયેલું રક્ત શરીરમાં રહેતું નથી,
શબ્દો થઇ ગઝલમાં એ ધીમે ધીમે ગળે છે.

87. સમઝીને માગો

એવરેસ્ટ પર બગીચો ને ધરતી પર બરફ માંગે છે,
અલ્યા કૈક તો વિચાર કર, આ તે શું તું માગે છે.
સુરજ અને ચંદ્ર સમય પર આપશે જ પ્રકાશ,
ભાઈ તું ક સમયે LED થી શું કરવા માગે છે.
મારો અને તારો ફકત હેન્ડશેક જ થયો નથી,
જાણ કદી મારો સ્પર્શ તને શું કહેવા માગે છે.
ફેસબુક એન્ડ ઇન્સ્ટાગ્રામ હવે તો તું શીખી જા,
જાણ કે તારો દીકરો તને શું કહેવા માગે છે.
ફકત ફેંસલો સંભળાવી દેતી રહી છે આ વૃદ્ધ પેઢી,
જાણે કે આ થનગનતો યુવાન શું કહેવા માગે છે.
કહે છે બધા કે મેં મારી ફરજ બજાવી છે અહીં,
તો પછી આ છુપાતો પ્રેમ કોની રજા માગે છે.

૮૮. રિસાયો છું

કંઈક વિચારતા ઘણો રિસાયો છું,
નથી કઈ હાથમાં છતાંય રિસાયો છું.
દુનિયા સાથે મેળ પડવો મુશ્કેલ છે,
અમસ્તો દુનિયાદારીમાં બહુ ઘસાયો છું.
મિત્રતાની ફકત વ્યાખ્યા જ મળે છે,
હકીકત જાણતા ઘણો લેવાયો છું.
સુગંધમાં પણ હવે રૂંધાય છે શ્વાસ,
કાંટામાં રહીને એટલો ઘવાયો છું.
આકાશની વિશાળતા બહુ નાની લાગે છે,
અપેક્ષાઓ રચીને હું બધે જ છવાયો છું.
આપી આપીને પ્રેમની ઘણી બધી સાબિતીઓ,
આરોપીના પિંજરામાં હજી એ મુકાયો છું.
બધા ભલે કહે ભાઈ આમાં શું મળે,
છતાય ગઝલના દરેક શેરમાં લખાયો છું.

૮૯. જાણી લો

નથી અમે નકશામાં ચિત્રાયેલા દરિયા જાણી લો,
અમારામાં ભરતી, ઓટ ને તોફાન છે જાણી લો.
અમે તો ફકત વ્યક્ત થવામાં જ માનીએ છીએ,
શબ્દોના અમે તો વૈજ્ઞાનિક છીએ જાણી લો.
નાહકની ઈર્ષાઓ, ફરિયાદો ને જલન લઇ બેઠા છો,
જિંદગીએ જેટલી પળો આપી છે તમે માણી લો.
કોઈ પણ આપે કેટલાય જખ્મો એ ઇનામ જ તો છે,
વિચાર નહિ કરતા, એને જાતમાં તમે વીણી લો.
સૈનિક ને ઊંઘવું છે ટેંક પાર માથું મૂકીને,
સરહદો તમે તમારા તંબુ જરા વીણી લો.

૭૦. ઉતાવળ

પૂરું સાંભળ્યા પહેલા ભસવાની ઉતાવળ,
કોઈ ભલે કહે, અમને પતાવવાની ઉતાવળ.
સવાર થતા કામના ને રાત થતા સવારના,
અમને છે સમયથી આગળ ભાગવાની ઉતાવળ.
જેમણે મોટા કર્યા હવે એ ખપતા નથી,
અમને છે સંબંધો તોડવાની ઉતાવળ.
હું તારો જ છું, બે ઘડી પાસે તો બેસ,
તને પણ લાગી છે પ્રેમ જાણવાની ઉતાવળ,
વણથંભી દોટમાં શું પામવું ખબર નથી,
અમને છે કબરમાં પહોંચવાની ઉતાવળ.

૭૧. રાખું છું

ઝન્ઝવાઓ ને બહુ છેટે હું રાખું છું,
એટલે જ હકીકત થી સંબંધ રાખું છું.
તું લઇ લે બદલો, મને એ મંજૂર છે,
કર્યો ગુન્હો, તો સજાની હિમ્મત રાખું છું.
ઈચ્છા, ઈર્ષા, લોભ, ક્રોધ અને મોહ,
મૃત્યુ નોતરવા કેટલાય યમરાજ રાખું છું.
કેટલાય કાંટામાંથી ચૂંટી લાવ્યો છું ગુલાબ,
હા હું દર્દ અને પ્રેમ બંને રાખું સાથે રાખું છું.
ઝેરના મારણ લઇ આવ્યા છે આ હકીમો,
કહી દો એમને હું સાથે જામ રાખું છું.
આવ્યો છું મહેફિલમાં તો હું જ લૂંટી લઈશ,
ગઝલો માં મારી હું કેટલાય તસવ્વુર રાખું છું.
જોનારને લાગશે કે આણે શું ઉકાળ્યું,
ભરી ભરીને હમેશા સ્મિત હું રાખું છું.
ભલે એમને લાગે કે એ જીતી રહ્યા છે,
પણ ગંજીફામાં હું હંમેશા રાજા રાખું છું

92. લોહી

ઉષ્ણતા હૃદયની ભળે છે લોહીમાં,
કેટલાય સપનાઓ તરે છે લોહીમાં.
ઓ અકળ ઈશ્વર થોડી તો દાદ દે,
તારા ઈશારે જીવું છું જિંદગી લોહીમાં.
બધા વ્યસનોના વિષ નાખીને જોયા છે,
પણ કોઈક હંમેશા અકળ ભળે છે લોહીમાં.
ગડમથલ બહુ નહિ કરવાની જીવનમાં,
યાદ રહે થીજવાનો પણ ગુણ છે લોહીમાં.
ટશર બની નીકળે છે નાના અમથા ઘા માં ,
ને દિલના આસું ઓગાળવાની ખૂબી છે લોહીમાં.

93. માનું છું

વગર કારણે છલકાઈ જવામાં માનું છું,
વ્યક્તિ છું, વ્યક્ત થઇ જવામાં માનું છું.
ભલે લખ્યું હોય એણે નસીબ પથ્થરથી,
છું પાણી, પથ્થરને ઘસવામાં માનું છું.
રાખી છે તલવાર એણે એના સ્પર્શમાં,
મૃદ્ છું અને કપાઈ જવામાં માનું છું.
ઘણી વાર થઇ ના આવ્યા સગડ એના,
રસ્તો છું અનંત, રાહ જોવામાં માનું છું.
સાકી ને એટલે જ ફરિયાદ છે મૈકદામા,
એ જેટલી આપે, હું પી જવામાં માનું છું.

94. તું

ગમે ત્યાં ભલે હવે ભડકે છે તું,
પણ દિલમાં મારા હજી ધડકે છે તું.
ઓ શહેર તું હંમેશા દોડ્યા કરે છે,
ફરે લઈને બધાને સડકે સડકે છે તું.
કતલ થયેલા વૃક્ષ યાદ અપાવે છે,
ઘરના દરેક રૂપમાં લાકડે લાકડે છે તું.
ઉપેક્ષા થઇ રહી છે વૃદ્ધના હયાતીની,
દરેક કુટુંબના ખૂણામાં હવે ખખડે છે તું.
ભૂલાયેલા મિત્રો ખબર પૂછવા આવશે,
હવે રૂપિયાના બંડલ હાથમાં પકડે છે તું.

95. અસર

અબ્સોલ્યૂટ વોડકામાં બરફ નાખ્યો અને પાણી,
ફૂટી વિચારોને વાચા ને ગઝલ બની વાણી.
મહેફિલમાં આપ્યો તે ફકત નજરોનો કટાક્ષ,
ફકત સમઝાયું મને જ, મહેબૂબ છે શાણી.
સ્પર્શનો તે આપ્યો જવાબ નજર નીચી કરીને,
વાચા મૌનની પણ હોય એ વાત આજે જાણી.
વારો મારો આવ્યો ને રિસાઈ ગઈ કિસ્મત,
એને કરવા નહિ દઈશ હું મારા સપના ધૂળ ધાણી.
આમ તો થઇ ગયો હતો બહુ રુક્ષ હું,
તું આવી ને થઇ ગયો હું પાણી પાણી.

96. માણો

ચાલ આજે ઊંઘ ના બદલે સૂર્યોદય માણીએ,
ઝાકળના ટીપાઓને આજે સ્પર્શથી માણીએ.
આ બીબાઢાળ જિંદગી જીવવા તુ રોબોટ નથી,
ચાલ આજે તો બાળકના હાસ્યને માણીએ.
હતો હું કાલે, છું આજે ને કાલે પણ રહીશ,
આ કાળચક્રના દરેક અંતરને જાણીએ.
પેલા ઉપરવાળાને દર વખતે કેમ આપવી તકલીફ,
ચાલ આજે આપણો પોતાનો પુરુષાર્થ જાણીએ.
"થાકી ગયો" એ શબ્દ છે ખુમારીનો દુશ્મન,
હજુ તો કેટલુંય જાણવાનું છે, ચાલ જાણીએ.
ઊંધું ઘાલીને કામકાજ કરવા નથી તુ,
ચાલ પ્રેમ, રંગ, કવિતા બધુ જ માણીએ.

97. શમી ગયા

સામેથી આવતા પડઘા શમી ગયા છે,
પ્રેમમાં આવતા રસ શમી ગયા છે.
એકમેકને શું આપ્યું એનો જ હિસાબ છે,
સ્પર્શોના ઉન્માદ હવે શમી ગયા છે.
હકીમો દવા લાવતા ડરે છે મારી પાસે,
એમને ખબર છે દર્દી મને ગમી ગયા છે.
વિષુવવૃત્ત હવે પૃથ્વીનું મધ્ય રહ્યું નથી,
ઉના વહેતા પવન કેમ ઠરી ગયા છે.
તોડી તોડીને સ્વપ્નો ભરે છે જામમાં,
પીવાવાળા હવે હકીકતને પામી ગયા છે.

૧૪. આવી જા

બધું હવે કરવું છે ફરીથી ચાલ આવી જા પાછી,
ઓલા બગીચા, કોલેજ ના પગથિયાં, ચાલ આવી જા પાછી.
સડસડાટ ચાલતી જિંદગીને રોકી લઈએ હમણા જ,
આંગળીમાં આંગળી પરોવી ચાલ આવી જા પાછી.
ઓલો ઉપરવાળો તો જોશે તમાશો મોત આપીને,
રોજ સ્પર્શથી હરાવીએ એને ચાલ આવી જા પાછી.
અરે ગાંડી, આમ રિસાવાથી થોડો હું દૂર જવાનો છું,
પીછો કઈ રીતે છોડાવશે , ચાલ આવી જા પાછી.
આ હિન્દી ફિલ્મોએ બહુ ચગાવ્યાં છે પ્રેમનાં જુદા જુદા રૂપો,
હકીકતમાં તો આપણે છીએ બંને દેશી, ચાલ આવી જ પાછી.

૧૧. લાગતું વળગતું નથી

વ્યાકરણને મારા શેરો સાથે કઈ લાગતું વળગતું નથી,
જિંદગીને પણ સાલું ખુશી સાથે કઈ લાગતું વળગતું નથી.
તું આમજ મળવાના હવાઈ કિલ્લા બનાવ્યા કર દરરોજ,
તને મળવાની આશા સાથે મને કઈ લાગતું વળગતું નથી.
માણસને લાગે છે કે એનો અવાજ જાય છે ખુદા સુધી,
એને તારી પ્રાર્થના સાથે કઈ લાગતું વળગતું નથી.
તું મારી જ દે ખંજર પીઠમાં, કોઈ કઈ નહિ બોલશે ભાઈ,
દોસ્તીને આમ પણ માણસ સાથે કઈ લાગતું વળગતું નથી.
પ્લેટફોર્મ પર જ હવે તો ભટકાઈ જાય છે પરિચિત ચહેરાઓ,
બગીચા સાથે શહેરમાં કોઈને કઈ લાગતું વળગતું નથી.
હું સોશ્યિલ મીડિયામાં બધે કહેતો ફરું ગઝલોનું સાહિત્ય,
પણ ક્લિકવાળા દર્શકોને એની સાથે કઈ લાગતું વળગતું નથી.

૧૦૦. દૂર

એટલા બધા કામણ કાઢી દૂર શું બેસવાનું,
આવવાદો નજીક કેમ કહો છો દૂર ખસવાનું.
અહીંયા ઘા વાગ્યા છે દિલ પર કેટલાય,
કેમ ફાવે ઉલ્લુ ની જેમ રોજે રોજ હસવાનું.
કોલેજમાં તો રોજ દૂરથી જ જોવાતું તમને,
મળ્યા મહફિલમાં ને કહો છો નહીં બોલવાનું?
પોતાના પ્રશ્નો ઉકેલવા સમર્થ છું હું પોતે,
કેમ બધા જ કહે છે ઈશ્વરનો હાથ ઝાલવાનું.
રાવણ દુર્યોધન કંસ કે પછી બાકી બધા અસુરો,
બધા પડ્યા મારામાં ને મારે જ રામ રામ બોલવાનું?

101. જીતા

થંભી ગયો હું એમને જોઈને ફૂલોને પાણી પાતા પાતા,
લઇ ગયા બધો રંગ એ આરામથી ફૂલોનો જાતા જાતા.
બે ચાર બૂમો મેં પણ મારી પણ એ થોભ્યાં જ નહિ,
પણ એકવાર પાછળ જોઈ લીધું શરમાતા શરમાતા.
એટલું સહેલું નથી કોઈ ને પટાવી ને પ્રેમ પામી જવો,
જુવાનિયાઓ ને લાગે છે બધું મળશે બગાસું ખાતા ખાતા.
આ ટેબલ આ નોટબૂક આ આરામ ખુરસી ને પારકરની પેન,
લોકોને લાગે છે કે કાગળ પર ગઝલ આવશે એવીરીતે લખતા લખતા.
તમને બે ચાર શબ્દો શું કહ્યા, તમે ઉડવા લાગ્યા હવામાં.
એટલાંય મૂરખ અમે નથી કે પાછળ પડશું દોડીને ગાતા ગાતા.

102. વિવાદ

મારી માં સાથે કર્તવ્યનો વિવાદ કરતો હતો,
સબળ સામે ઉભો થઇ વાદ કરતો હતો,
સાંભળીને એ થોડી ચૂપ બેસી ગઈ સોફા પર,
હું જીત્યો એ સમજીને પાછો આઘાત કરતો હતો.

103. હવે શું કરશે

રસ્તાની વચ્ચે ઝાલ્યો હાથ બોલ હવે શું કરશે,
આપી દીધો જન્મોનો સાથ બોલ હવે શું કરશે.
તુ શરમાઈ, પાસે આવી, અને દાબ્યો મારો હાથ,
આટલું આવી લગોલગ બોલ હવે શું કરશે.
મારી ભૂખ હવે એકાદશીનો ઉપવાસ છે,
આ ત્યાગ સામે બોલ હવે શું કરશે.

104. જાગતા રાખે

માગું છું એવા જખમો જે રાત્રે જાગતા રાખે,
ગઝલ માટે કાફિયા ને રદીફ માગતા રાખે.
સવાલ અને જવાબ તો થયા કરસે હમેશા,
કોઈ ના કહેલી વાત વિચારોને ફરતા રાખે.
એવું કઈંક દઈ દે દરેક ગરીબ ના ઝુપડામાં,
રોજ સૂતા પહેલા એમને થોડુંક જમતાં રાખે.
થોડા દદી ઓછ આપસે માં ને તો ચાલી જસે,
કારણો આપ એને કે હદયમાં હજી મમતા રાખે.

105. રજૂ

તારી સમક્ષ મારી પ્રાર્થના રજૂ થઈ જ નહીં,
તારી વ્યસ્થતા સાથે એ મેળ થઈ જ નહીં.
એ ભલે કંઈ પણ હોય , સ્વાર્થ તો નહોતો જ,
નાની અમથી વાતની તને સમજણ થઈ જ નહીં.
હું સફરજન લઈને બહુ જગ્યા એ દોડ્યો હતો,
પણ મારી બિમારીની કોઈને જાણ થઈ જ નહીં.
બાપ તરીકે પુત્ર ને ઘણી બધી લાગણી આપી,
પણ એને માં સિવાય કસી ખબર થઈ જ નહીં.
ઉપરથી નીચે આવે તો જ હૈસિયત ઓળખાય,
એટલેજ એની નીચે આવવાની હિમ્મત થઈ જ નહીં.

106. સહેલું નથી

ખોળીને કોઇ વિચાર મળે આ એટલું સહેલું નથી,
કાફિયા ને રદીફ દોડતા આવે આ એટલું સહેલું નથી.
તું ભલે રોજ રોજ દિલ પાસે જઈને પાછો આવે,
સામે છેડેથી સાદ બોલાવે આ એટલું સહેલું નથી.
લઈને રૂપિયા રોજ ભાગ્યો હું નવી નવી દુકાન પર,
ક્યાંક મળી જાય ઈલાજ દર્દનો આ એટલું સહેલું નથી.
છોડીને બધી કમાણી બેઠો છું આરામથી પોતાની સાથે,
છું બહુ બેફિકર રોજ, આ એટલું સહેલું નથી.
દર વખતના ઝગડાની જેમ હવે ડંફાશ ના હાકીશ ,
હુંજ આવીશ મનાવવા હવે આ એટલું સહેલું નથી.

107. મરજી

રાખો મને ઊભો કે સુવાડી દો, દુનિયા તારી મરજી છે,
ખુમાર મારો નહીં છીનવી શકો , આ તો મારી મરજી છે.
થઈ ગઈ હોય પ્યાલી ખાલી, તો ચાલ મારી સાથે આવશે?
બતાવી દઈશ કેટલીયે મૈકદાઓ, મારી ગઝલની આ મરજી છે.
ફેંકી રહ્યા છો ફૂલો પથ્થર પર ને કહો છો કે આ તો પૂજા છે
કદી પૂછ્યું છે ફૂલોને કે આમ નકામા થવું એમની મરજી છે?
છો આટલા રૂપાળા તો એનો કૈક ફાયદો તો આપો મને,
દિલની તલબ તરસી છે ને આંગળીઓની અડકાવાની મરજી છે.
ખેડૂત ભૂખ્યો, ખાનાર ભૂખ્યો , ને ભૂખ્યો છે કોઈ બધું પામીને,
આવુજ ચાલી રહ્યું છે દુનિયામા, આ તો ભાઈ નેતાની મરજી છે.

108. ગમે છે

પીતો હતો તો કોઈને ખબર ના પડી,
નથી પીતો હવે તો કહે છે કે ઝૂમે છે.
કેવી કેવી ચર્ચાઓ કરે છે લોકો મારી,
પાછળ નિંદા ને સામે હાથ ચૂમે છે.
ગોળ ગોળ ફરીને પાછું નથી આવવું,
તારી સામે સીધું ઝૂકવું મને ગમે છે.
સસ્તા સોદા થાય છે સંબંધોના બઘે,
જબરદસ્તી અલિપ્ત રહેવું મને ગમે છે.
નથી ખબર જિંદગી ક્યાં લઇ જાય છે,
માણસો રઘવાયા થઇ આમ તેમ ભમે છે.

109. નિયમો

આજ કાલ મંદિરમાં મળે છે પુરાવા લેણદેણના ફક્ત,
બહાર ઊભો તમાશો જોયા કરે છે સાચો ભક્ત.
ભગવાન અને ગુરુઓ કયાં સાંભળેજ છે ગરીબોની પુકાર,
એ ઘણા busy છે શ્રીમંતોની ઝોળી ભરવામાં ફક્ત.
સંભવામી યુગે યુગે એક નર્યું ગપ્પુ છે ઉપરવાળાનું,
હજી કેટલું જોવું છે એને દુનિયામાં વહેતું રક્ત.
પરવાનગી અને આશીર્વાદ બન્ને આપ્યા છે એણે રાક્ષસોને,
હવે એમની જ ખિદમતમાં જાય છે મંદિરના પથ્થર નો વખ્ત.
અહીં સામે આવી જાય તો બહુ માર ખાસે ગરીબનો,
એટલેજ બનાવી રાખ્યા છે ડરાવવા ધર્મના નિયમો સખ્ત.

110. ચગાવ્યો છે

લોકોએ લૂંટ્યો નથી, મેં પોતાને લુટાવ્યો છે,
એમને લાગે છે એમણે મને કેટલો ચગાવ્યો છે.
અપકીર્તિ મારી મહેફિલમાં અમસ્તી નથી થઈ,
મારી બેફિકરાઈએ મને બધે ખૂબ વગોવ્યો છે.
લઈ ગયા બધા ઘણુ બધું મારા પાસેથી,
ને નફ્ફટાઈથી વળી મારો જ છેદ ઉડાવ્યો છે.
ગાંધી ની જેમ આપણ ને બહુ ફાવે એવું નથી,
લાફો કોઇ મારે તો મેં પણ એક લગાવ્યો છે .
બધા ચૂંટી રહ્યા છે ફૂલોને છોડ પરથી બાગમાં,
માળીએ પણ ધંધા માટેજ દરેક છોડ ઉગાવ્યો છે.

111. અનુભવ

મુશાયરાનો પહેલો અનુભવ લેવા આવ્યો છું,
જખ્મો હવે કવિઓને જ કહેવા આવ્યો છું.
દરિયો કહે કે મારી સામે તારી શું વિસાત
એટલે જ તોફાનો વચ્ચે રહેવા આવ્યો છું.
પછતાઈશ તુ જો ખરી અગર મને છોડી દીધો,
તુ વળે ઈ પહેલાં તને આ કહેવા આવ્યો છું.
દુશ્મન મને તું હવે હારેલો જ સમઝ જંગમાં ,
હું કયાં આ દુનિયામાં કઈ જીતવા આવ્યો છું .

112. પરણી ગયા

ને પછી એવું થયું કે બંને પરણી ગયા,
હતા બે પ્રેમી હવે બંને સમજદાર થઈ ગયા.
ને પછી એવું થયું કે રાત આવી પૂનમની,
બીજે દિવસે ઓફિસ જવાનું કહી ઊંધી ગયા.
ને પછી એવું થયું કે ચુંબન લેવાનો જ હતો,
ઊંઘ ખુલી સાલા સપના પણ તકલાદી થઈ ગયા.
ને પછી એવું થયું કે મોત ને આવવાની ખુજલી થઈ,
એને કયા ખબર કે અમે કેટલી અઘરી જિંદગી જીવી ગયા
ને પછી એવું થયું કે હું મહેફિલમાં ગઝલ સંભળાવતો હતો,
કિસ્મત જુઓ ગઝલની કેટલાય શરીફો ઊંધી ગયા.

113. આપવાનો હતો

ડૉક્ટરોને તો હું બરાબર પૈસા આપવાનો હતો
પણ સાલો એકે ડૉક્ટર દિલના ઇલાજવાળો ના હતો
એને આપી દીધી સાવ સસ્તામાં મેં મારી જિંદગી,
પણ એણે આ સોદાનો કશોય અણસાર ના હતો
આપી દે દર્દ જેરલાય આપવાના હોય એ જીંદગી,
એને કયા ખબર હતી કે હું તો વખત થી પરણેલો હતો
મિત્રો દાવો કરે છે મોટા મોટા આ વોટસેપ ઉપર,
હું ગયો મળવા તો કોઇ નોય જગા પર પત્તો ના હતો
એક છોકરો મારી જિંદગીમાં પણ આવી ગયો,
એને ખબર જ ના પડી કે હું એનો બાપ હતો.

114. વિચારો

કેટલી વાર કહું તને મને તો પીવું ગમે છે,
છે દિલમા દર્દ એટલે જ મૈખાના ધમધમે છે.
તમે દિલમાં એક સામટા નથી આવી સકતા,
એટલે જ આ વિચારો આમ તેમ ભમે છે,
મને બદનામ કરવુ ઘણાને વ્યાજબી લાગે છે,
ને પછી મારા જેવા થવું એ બધાને ગમે છે.
મધ દરિયે ક્યા મારુ હલેસાં હોડી ને હું જોરથી,
ડૂબવાનું છે નસીબમાં ને મને ડૂબવું ગમે છે.
ખાડો ખોદજે મારા માટે atleast ૬ બાય ૩ નો,
મર્યા પછી પણ મને ઓછી જગ્યા ક્યાં ગમે છે?